பத்து செகண்ட் முத்தம்

கிழக்கு பதிப்பக வெளியீடுகளாக சுஜாதாவின் புத்தகங்கள்

மீண்டும் ஜீனோ
நிறமற்ற வானவில்
நில்லுங்கள் ராஜாவே
தீண்டும் இன்பம்
ஆஸ்டின் இல்லம்
அனிதாவின் காதல்கள்
நைலான் கயிறு
24 ரூபாய் தீவு
அனிதா இளம் மனைவி
கொலை அரங்கம்
கமிஷனருக்கு கடிதம்
அப்ஸரா
பாரதி இருந்த வீடு
மெரீனா
ஆர்யபட்டா
என் இனிய இயந்திரா
காயத்ரி
ப்ரியா
தங்க முடிச்சு
எதையும் ஒருமுறை
ஊஞ்சல்
ஓரிரவில் ஒரு ரயிலில்
மீண்டும் ஒரு குற்றம்
விக்ரம்
நில், கவனி, தாக்கு!
வாய்மையே சில சமயம்
வெல்லும்
ஆ..!
வசந்த காலக் குற்றங்கள்
சிவந்த கைகள்
ஒரே ஒரு துரோகம்
இன்னும் ஒரு பெண்
6961
ஜோதி
மாயா
ரோஜா
ஓடாதே
மேற்கே ஒரு குற்றம்
விபரீதக் கோட்பாடு
ஐந்தாவது அத்தியாயம்
மலை மாளிகை
விடிவதற்குள் வா
மூன்று நாள் சொர்க்கம்
பத்து செகண்ட் முத்தம்
கம்ப்யூட்டர் கிராமம்
இளமையில் கொல்
மேகத்தை துரத்தியவன்
ஒரு நடுப்பகல் மரணம்
நகரம்
இதன் பெயரும் கொலை
மண்மகன்
தப்பித்தால் தப்பில்லை
விழுந்த நட்சத்திரம்
முதல் நாடகம்
ஆட்டக்காரன்
ஜன்னல் மலர்
என்றாவது ஒரு நாள்
வைரங்கள்
மேலும் ஒரு குற்றம்
சொர்க்கத் தீவு
கனவுத் தொழிற்சாலை
ஆயிரத்தில் இருவர்
பதினாலு நாட்கள்
உள்ளம் துறந்தவன்
பிரிவோம் சந்திப்போம்
கரையெல்லாம் செண்பகப்பூ
இரண்டாவது காதல் கதை
நிர்வாண நகரம்
குருபிரசாதின் கடைசி தினம்
இருள் வரும் நேரம்
திசை கண்டேன் வான் கண்டேன்
ஆழ்வார்கள் - ஓர் எளிய அறிமுகம்
தேடாதே
விருப்பமில்லாத் திருப்பங்கள்
விரும்பிச் சொன்ன பொய்கள்
கை
ஆதலினால் காதல் செய்வீர்
நூற்றாண்டின் இறுதியில் சில சிந்தனைகள்
அப்பா, அன்புள்ள அப்பா
மிஸ். தமிழ்த்தாயே, நமஸ்காரம்!
சிறு சிறுகதைகள்
வாரம் ஒரு பாசுரம்
வானத்தில் ஒரு மௌனத்தாரகை
கடவுள் வந்திருந்தார்
அனுமதி
ஓலைப் பட்டாசு
சேகர், சிங்கமய்யங்கார் பேரன்
கம்ப்யூட்டரே ஒரு கதை சொல்லு
டாக்டர் நரேந்திரனின் வினோத வழக்கு
நிஜத்தைத் தேடி
பாதி ராஜ்யம்
சில வித்தியாசங்கள்

பத்து செகண்ட் முத்தம்

சுஜாதா

கிழக்கு

பத்து செகண்ட் முத்தம்
Pathu Second Mutham
by Sujatha
Sujatha Rangarajan ©

First Edition: June 2010
144 Pages
Printed in India.

ISBN 978-81-8493-276-8
Kizhakku - 513

Kizhakku Pathippagam
177/103, First Floor,
Ambal's Building, Lloyds Road
Royapettah, Chennai 600 014.
Ph: +91-44-4200-9603
Email : support@nhm.in
Website : www.nhm.in

Cover Image : Shutterstock ©

Kizhakku Pathippagam is an imprint of New Horizon Media Private Limited

This book is sold subject to the condition that it shall not, by way of trade or otherwise, be lent, resold, hired out, or otherwise circulated without the publisher's prior written consent in any form of binding or cover other than that in which it is published and without a similar condition including this the rights under copyright reserved above, no part of this publication may be reproduced, stored in or introduced into a retrieval system, or transmitted in any form or by any means (electronic, mechanical, photocopying, recording or otherwise), without the prior written permission of both the copyright owner and the above-mentioned publisher of this book.

ஆரம்பம் அவளுக்கு மிகவும் தோதாக அமைந்துவிட்டது. தமிழரசி, ஊ தமிலரசி என்று பல்லாயிரக்கணக்கான பேர் அவள் பெயரை உச்சரித்ததிலேயே அவளுக்குத் துடிப்பும் ரத்த ஓட்டமும் அதிகரிக்க அதுவே நூறு சதம் சுறுசுறுப்பை அதிகமாக்க, அவளுக்குப் பிடித்த நடு ட்ராக். மிக அற்புதமான ஸ்டார்ட். மாமா சொன்னதுபோல் வில்லிலிருந்து புறப்பட்ட அம்புபோல!

முன்னுரை

பத்து செகண்ட் முத்தம் 1983-ல் இந்தியாவில் டில்லியில் ஆசிய விளையாட்டுப் போட்டி நடந்த சமயத்தில் எழுதியது. இதன் தலைப்பினைப் பார்த்து இது ஏதோ முழு காதல் கதை என்று எண்ணிக்கொள்ள வேண்டாம். காதல் இருக்கிறது. கடமையிலிருந்து, சாதனையிலிருந்து ஒரு திறமையுள்ள பெண்ணின் கவனத்தைக் கலைக்க, அவளை நிதானப்படுத்த ஒரு நல்லாசிரியன் உயிர்த்தியாகம் செய்ய வேண்டியுள்ளது.

குமுதம் இதழில் வெளிவந்த இந்தக் கதை நீண்ட நாட்களுக்குப் பின் மறுபதிப்பு காண்கிறது. இத்தனை ஆண்டுகளாகியும் பெண்களில் யாரும் பத்து செகண்ட்டுக்குள் நூறு மீட்டர் ஓடவில்லை. தமிழரசியின் சாதனை இன்னும் நிறைவேற்றப் படவில்லை.

சென்னை   **சுஜாதா**
தமிழ் புத்தாண்டு தினம், 2006

(● இந்த 2010 ஜுன் வரையிலுமேகூட!)

1

துப்பாக்கி மெதுவாக உயர்த்தப்பட்டது.

ஒரு விரல் அதன் விசையில் தயாராகியது.

‘ட்டப்!’

ஸ்டார்டிங் ப்ளாக்கில் கால் வைத்திருந்த ரசி புதுசாகப் புறப்பட்டு ஓடினாள். சுற்றுப்பாதை முற்றிலும் மறந்து நூறு மீட்டர் எதிரே காத்திருக்கும் நீல ரிப்பனை நோக்கி உடம்பின் அத்தனை அங்கங்களும் ஒத்துழைக்கப் பறக்கும் கறுப்பு மின்னல் போல ஓடினாள்.

அவள் ஓடுவதை ஸ்லோமோஷனில் பார்த்தால் இப்படி இருக்கும்!

பின்னங்கால் நீண்டிருக்கும்போது முன்னங்கால் முன்னே எல் வடிவத்தில் மடங்கியிருக்கும். அந்த மடங்கின முன்னங்கால் நேராகி பூமியைத் தொடும் போது, பின்னங்கால் பெரும்பாலும் முழுமையாக மடங்கி பிருஷ்டத்தைத் தொடும் அளவுக்கு மடங்கி

விடும். பாதங்கள் தொந்தரவில்லாமல் ஆர்க் வடிவத்தில் காலின் தொடர்ச்சிபோல் இருக்கும். சக்தி விரயமின்றி சுலபமாக, மென்மையாக, அழுத்தமாகக் கால்களின் விரைவுக்கு எதுகை அமைத்தாற்போல கைகள் ஒத்துழைக்க -

பாலே நடனத்திலும் நல்ல பரத நாட்டியத்திலும் கவிதையைக் காண்பவர்கள் ரசியின் இந்த ஓட்டத்திலும் காண்பர்.

சுமார் பத்து செகண்ட் தூரத்தில் இருக்கும் டேப்பை முத்தமிட ஓடிக்கொண்டிருக்கிறாள்.

பத்து செகண்ட்! ராஜ்மோகன் வருஷக்கணக்காக சொல்லிக் கொண்டிருக்கும் பத்து செகண்ட்!

பெண்களால் இன்னும் எய்த முடியாத பத்து செகண்ட் முத்தம்!

ஓடு! பக்கத்தில் யார் என்று யோசிக்காதே! எங்கே, எதற்கு என்று யோசிக்காதே! என்ன மெடல் கிடைக்கும் என்று யோசிக்காதே! என்ன ட்ராக்காக இருந்தாலும் யோசிக்காதே! ஓடு!

ஸ்ப்ரிண்ட் ஓட்டத்தில் பத்து செகண்டுக்குள் உன் அத்தனையும் கொட்டிவிட வேண்டும்! ஓடு! பத்து வயசிலிருந்து ஓடிக் கொண்டிருக்கிறாள். ஸ்ரீரங்கம் பெண்கள் உயர்நிலைப் பள்ளியில், திருச்சி மாவட்ட ஓட்டத்தில், சென்னை கார்ப்பரேஷன் மைதானத்தில், பெங்களூரில், பாடியாலாவில், இப்போது டில்லி ஏஷியாடில் நேரு ஸ்டேடியத்தில் பல்லாயிரக்கணக்கானவர்கள் முன்னிலையில் நூறு மீட்டர் பந்தய வெள்ளோட்டத்தில்.

'ஓடு! ஓடு! ரசி கண்ணு, கடைக்கு ஓடிப்போய்க் கட்டைப் பொகைலையும் ஒரு பாய்ட் சிகரெட்டும் வாய்ட்டு வந்துரம்மா, எங்கே பார்க்கலாம், எவ்ள வேகமா ஓடுறன்னு!'

'ரசி, ஓடிப்போய்க் கொஞ்சம் ஸ்டவ் திரி வாங்கிட்டு வந்துரேன், எம் பொண்ணு நல்லா ஓடுமில்லே!'

பத்து செகண்ட்டுக்குள் எத்தனை எண்ணங்கள்!

'உங்க பொண்ணுக்கு ஈடா பாய்ஸ்ங்ககூட ஓட முடியாதுங்கய்யா. பாவாடை கட்டாம கால்சராய் போட்டுக்கிட்டு ஓடற வேளை வந்திருச்சு இதுக்கு. அப்படியே பதறிப் போனாப்பல ஓடுது.

இருபது முப்பது கெஜம் மத்தவங்களுக்கு முன்னாடி வந்துருது. இதுக்கு சரியானபடி கோச்சிங் கொடுத்தா மாநிலத்திலேயே, ஏன் இந்தியாவிலேயே முதல்ல வரமுடியுங்க.'

'எங்கங்க! பொட்டைப் பசங்க ஓடறதாவது? எம் பொண்ணு நல்லா ஓடுதுன்னு சொன்னா யாராவது கல்யாணம் கட்டிப்பாங் களா, வாத்தியாரம்மா? கல்யாணம் கட்டிக் கழுதையை அனுப் பிச்சுர வேண்டியதுதானே எங்களுக்கு முக்கியம்? என்ன தனம்?'

பதினொரு பாயிண்ட் ஏழு என்று ஸீக்கோ கடிகாரம் நேரம் காட்டியது. ராஜ் அவள் மார்பிலிருந்து ரிப்பனை மீட்டு அவளை வாங்கிக்கொண்டார். க்ளுக்கோஸைக் கை நிறைய அள்ளி வாயில் போட்டுக்கொண்டாள். 'என்ன மாமா, சரியாய்ச் செய்தேனா?'

'க்வாலிஃபை ஆயிட்டே.'

'பதினொரு பாயிண்ட் ஏழு ரொம்ப மோசமில்ல?'

'ஹீட்ஸுக்குப் பரவாயில்லை கண்ணு! நேபாள். மலேஷியாவை எல்லாம் ஜெயிக்கறதுக்குப் போதும். பிலிப்பைன்ஸ் குட்டி ஒண்ணு இருக்குது. அதுதான் உனக்கு சாலன்ஜா வர முடியும்.'

ராஜ்மோகன் அவள் உடம்பு முழுவதையும் துண்டால் துடைத்தார்.

'ஸ்டார்ட்டிங் சரியா இருந்ததா மாமா?'

'இல்லை, இன்னும் புஷ் அப் சரியா இல்லை. கழுதை மாதிரி விலுக்குனு உதைக்கிற! புறப்படறப்ப எப்படிப் புறப்படணும்னு சொல்லியிருக்கேன்?'

'வில்லில ஏத்தி வெச்ச அம்பு மாதிரி' என்று மூச்சிரைத்தாள்.

'ரொம்ப க்ளுக்கோஸ் சாப்பிடாதே. வெயிட் ஏறிடும்' என்று ப்ளாஸ்க்கிலிருந்து அவளுக்கு ஒரே ஒரு முழுங்கு தண்ணீர் கொடுத்து உடனே வாங்கிக்கொண்டார். மார்பெல்லாம் நனையக் குடித்தாள்.

'ஹீட்ஸ்தானே மாமா?'

'இருந்தும் சரியா ஓடலை.'

'நீங்கதானே ரிலாக்ஸ் பண்ணும்படிச் சொன்னீங்க?'

'ரொம்ப ரிலாக்ஸ் பண்ணிட்ட.'

கீழே பெரிசாக சுவாசித்துக்கொண்டு உட்கார்ந்தவளைச் சில பெண்கள் வந்து கை குலுக்கினார்கள்.

'அவங்களுக்கெல்லாம் தாங்க்ஸ் சொல்லு ரசி.'

'தாங்க்ஸ்.' அவள் உடம்பு பூராவும் எண்ணெய் தேய்த்துவிட்டாற் போல வியர்வை பளபளத்தது.

'நெத்தியைச் சுருக்காதன்னு சொன்னனில்லை?'

'அப்பத்தான் ஓட வருது. அதோ! எம் பேரு!' என்று ஆச்சரியத் துடன் உற்சாகத்துடன் காட்டினாள்.

பிரம்மாண்டமான ஸ்கோர் போர்டில் 'டமிலரசி' என்று உயிர் பெற்று 11 பாயிண்ட் 7 என்றது.

'அப்பா அம்மா பாத்துக்கிட்டு இருப்பாங்களா?'

'டைமிங் கொஞ்சம் சாஸ்தியா இருக்கிறதும் நல்லதுதான். உன்னை அண்டர் எஸ்டிமேட் பண்ணுவாங்க.'

'ஜெயிச்சுருவேனா மாமா?'

'நீ ஜெயிக்கலைன்னா யாரு ஜெயிப்பாங்க கண்ணு?' என்று அவள் முகத்தைத் துடைத்துவிட்டார் ராஜ்.

தரையில் உட்கார்ந்த தமிழரசி ஒரு பையன் போல இருந்தாள். சின்ன மார்பு. வெட்டப்பட்ட தலை மயிர். இடுப்பில் வளைவே இல்லை. நீண்ட கால்கள், குச்சி குச்சியாய்க் கைகள். தாடை எலும்புகள் தெரியும் சதுர முகம். நீண்ட மூக்கு.

ராஜ்மோகனுக்கு முப்பத்தைந்து வயசிருக்கும். ட்ராக் ஸூட் அணிந்து அவரே ஓட்டக்காரர் போலத்தான் இருந்தார். க்ரூ கட் வெட்டியிருந்தார். அழுத்தமான தாடைகள். கோடு போட்டாற் போல உதடுகள் 'எப்பனாச்சியும் சிரிங்களேன்' - கண்களில் சதா தெரியும் தீர்மானம்.

'பீரியட்ஸ் எப்ப ஞாபகம் இருக்குதா ரசி? ஃபைனல்ம்போது வந்துரப் போவது.'

'கேக்காதீங்க! மாத்திரையை முழுங்கி முழுங்கி மறந்து போயிருச்சு.'

'இன்னும் ரெண்டு நாளைக்கு முழுங்கிரு' என்று அவள் தலையைக் கோதி, 'நாளைக்கு ஹேர் கட் பண்ணி விட்டுர்றேன்' என்றார்.

என்னைச் சரியான கோமாளியாக்கிட்டீங்க மாமா. கண்ணாடில பார்த்தா வேற ஒருத்தியைப் பார்க்கற மாதிரி இருக்குது.'

ராஜ்மோகன் அவளை நெஞ்சில் தடவிக் கொடுத்து, 'எல்லாம் முடிஞ்சப்புறம் என்ன செய்யப் போறேன் தெரியுமா?'

'தெருக்கோடியிலே பேல்பூரி, மசாலாபூரி, அதானே? வெய்ட் எகிறிக்கும்.'

'போனாப் போவுது ஒரு நாளைக்கு.'

ராஜ்மோகன் மேலே பேசுவதற்கு முன் தோளில் டிவி கேமராவைத் தூக்கிக்கொண்டு ஒருவன் வர, அவனுடன் ஒரு பெண் மைக் சகிதம் வந்து, 'தமிழரசி! வாட் டு யு திங்க் யுவர் சான்ஸஸ் ஆர்?' என்றாள்.

தமிழரசி மாமாவைப் பார்க்க அவர், 'ஷீல் ட்ரை' என்றார்.

'இஸ் ஷி கன்ஸர்விங் ஃபார் தி லாஸ்ட் ரேஸ்?'

'யா' என்றார் ராஜ்மோகன்.

'என்ன கேக்கறார் மாமா?'

'டஸ் ஷி நோ இங்கிலீஷ்?'

'லிட்டில்! லிட்டில்!' என்று சிரித்தாள் தமிழரசி.

இதே சமயம் கண்ட்ரோல் ரூமில் கலர் டிவி மானிட்டரில் அவள் சிரித்துக்கொண்டிருக்க, 'மனோகர்!' என்று கூப்பிட்டார் ஷர்மா.

அருகில் இருந்த மனோகர் ஒரு கையில் காப்பிக் கோப்பையுடன் அவர் அருகில் வர, திரையைக் காட்டி 'திஸ் கர்ள்! இஷ் ஷி ஏ டமில் கர்ள்?' என்றார்.

மனோகர் சிரித்து, 'டமிலரசி மீன்ஸ் க்வீன் ஆஃப் டமில்!' என்றார்.

'இவள் மேல் ஒரு தனி ஃபீச்சர் செய்ய வேண்டும். உனக்குத் தமிழ் தெரியுமல்லவா?'

'முதலில் அவள் ஜெயிக்கட்டும்.'

'எனக்கென்னவோ இவள் நிச்சயம் ஜெயிப்பாள் என்று தோன்று கிறது.'

'எப்படித் தெரியும்?'

'அவள் கண்களைப் பார்! உடம்பைப் பார்! மான் போல!' 'த்ரிவேதி அவள் கால்கள்மேல் ஜூம் இன் பண்ணு' என்று அவர் ஹெட்போனுடன் ஒட்டியிருந்த மைக்கில் சொல்ல மானிட்டரில் அது கேமராக்காரருக்குச் செல்ல, அதன் விளைவாக தமிழரசி பேசிக்கொண்டிருக்க கேமராவின் கவனம் பளபளப்பான தொடைகள்மேல் குவிந்தது.

'ஒரு மானின் கால்கள் போல!'

யாரோ தன்னைப் பார்க்கிறார்கள் என்று உள்ளுணர்வால் தோன்றியவள் போல தமிழரசி தன் ட்ராக் ஸூட்டை எடுத்து மாட்டிக்கொள்வது திரையில் தெரிந்தது. 'மோகன், ஞாபகம் வைத்துக்கொள்' என்றார்.

'பார்க்கலாம். முதலில் ஜெயிக்கட்டும்! அந்த பிலிப்பினோ பெண் இவளைவிட அழகாக இருக்கிறாள். வேகமாக ஓடுகிறாள்.'

'அன்பேட்ரியாட்டிக் பாஸ்டர்ட்' என்றார் ப்ரொட்யூஸர் ஷர்மா.

டிவிக்காரர்கள் அவர்களை விட்டு விலக, 'ரசி, வா, வில்லேஜுக்குத் திரும்பிப் போயிறலாம். பத்து பத்து நிமிஷமா ஷார்ட் ஸ்பிரிண்ட்ஸ் ப்ராக்டிஸ் பண்ணணும். ஸூட்டைச் சரியாப் போட்டுக்க. அதுகூடச் சொல்லித் தரணுமா?'

பிரத்யேக பஸ்ஸில் ஏஷியாட் கிராமத்துக்குச் செல்லும்போது தமிழரசி டில்லியில் இந்தக் குளிரில்கூட ஐஸ்கிரீம் சாப்பிடும் பெண்களையும் அவர்கள் ஐஸ்கிரீம் சாப்பிடுவதைக் கண்களால் சாப்பிடும் இளைஞர்களையும் விந்தையாகப் பார்த்துக் கொண்டே அவ்வப்போது மாமாவைப் பரிதாபமாகப் பார்த்தாள். 'ம்ஹூம், எதுவும் கிடையாது' என்று தலையாட்டினார்.

'முடிஞ்சப்புறம்?'

'முடிஞ்சப்புறம் ஒலிம்பிக்ஸ்!'

'அச்சோ, என்ன மாமா நீங்க!' என்று அவர் முதுகில் குத்தினாள்.

'இத பாரு என் சின்னக்கண்ணு! நீ உலகப் பிரசித்தியாகப் போறே. கொஞ்சம் பொறுத்துக்க.'

ரசி பொய்க் கோபத்தை மறந்து மாமாவை வாஞ்சையுடன் பார்த்தாள். 'நீங்க இல்லைன்னா குளித்தலையிலோ பெட்டை வாய்த்தலையிலோ அப்பா கல்யாணம் கட்டிக் கொடுத்திருப் பாரு! இரண்டு பிள்ளை பெத்திருப்பேன்!'

'இந்தப் பொண்ணை எங்கூட அனுப்பிச்சிருங்க மாப்பிள்ளை.'

'எதுக்கு? நல்லா வீட்டுவேலை செய்யுது. தைய மிசின் அடிக்குது. நிமிஷமா ஓடிப் போய்ட்டுப் பொயலை வாங்கி வருது. இதை உங்கிட்ட எதுக்கு அனுப்பணுமாம்? ஹூம்?'

'அலமாரிலே கோப்பையெல்லாம் இருக்குது பார்த்தீங்கல்லே?'

'பாத்தன். ஒண்ணு ரெண்டை அப்பப்ப வித்துக்கூட ஆயிருச்சு.'

'இதைக் கொஞ்சம் எங்க இன்ஸ்ட்யூட்லே சேர்த்து கோச்சிங் கொடுத்தா முன்னுக்குக் கொண்டு விட்றலாம். ஸ்காலர்ஷிப் கிடைக்கும். நான் ஏற்பாடு பண்ணித் தர்றேன். டைம் பண்ணிப் பார்த்தேன் மாப்பிள்ளை. இதும் வயசுக்கு நம்ப முடியலை!'

'சரி, இதை அழைச்சுட்டுப் போற. ஓட்டம் கத்துத் தர. அதுக் கப்புறம் என்ன?'

'அதுக்கப்புறம் மாநில அளவில், தேசிய அளவில் வரலாம். வெளிநாட்டுக்குக் கூட போகலாம்.'

‘அதனால எனக்கு என்ன லாபம் சொல்லு? குடும்பத்துக்கு என்ன லாபம், சொல்லு.’

‘புகழ் வரும்!’

அப்பா முழங்காலை மடக்கிக்கொண்டு சப்தம் பண்ணிச் சிரித்தார். ‘ஏ, குட்டி, உனக்குப் புகழ் வேணுமாடி?’

ரசி பதில் சொல்லாமல் மாமாவையும் அப்பாவையும் மாறி மாறிப் பார்த்தாள்.

‘இத பாரு, இதைக் கல்யாணம் பண்ணிக் கொடுத்திட்டா என் கடமை முடிஞ்சுரும். குடிப்பேன்! மாட்டேங்கலை. ஆனா பெண்டாட்டியைக் கண்கலங்க அடிச்சிருக்கனா? தனம், சொல்லு. பெண்களுக்குக் காலா காலத்தில கல்யாணம் கட்டிக் கொடுக்காம இருந்திருக்கனா? இதைத் தவித்து எல்லாத்துக்கும் கல்யாணம் பண்ணிட்டனா இல்லையா? என்ன தனம்? ப்ராவிடன்ட் ஃபண்ட்ல எடுத்து, மோட்டார் சைக்கிளை வித்து... இந்த வயசில எனக்கு எத்தினி பேரப்பிள்ளிங்க!’

‘மத்தப் பொண்ணுங்களுக்கும் இதுக்கும் வித்தியாசம் இருக்குது மாப்பிள்ளை! இதுங்கிட்டே - நான் என்ன சொல்வன் - ஒரு ஒரு பொட்டன்ஷியல் இருக்குது. அக்கா, சொல்லுங்கக்கா!

‘அப்ப ஒண்ணு செய்யி, இதைக் கல்யாணம் கட்டிக்கிட்டுப் போயிரு.’

‘சே, என்ன பேச்சுப் பேசறீங்க? இதுக்கு என்ன வயசு, எனக்கு என்ன வயசு?’

‘இதுக்கு என்னடி வயசு?’

‘பதினொன்னுங்க.’

‘உட்காந்துக்கிச்சா இல்லையா?’

‘இல்லங்க.’

‘புஷ்பவதியானதும் கல்யாணம் கட்டிக்கிட்டுப் போயிரு. ஒத்துக்கறேன். இதப் பாரு, எனக்கு வயசு வித்தியாசமெல்லாம்

பெரிசில்லை. உசா இருக்கு பாரு. அதை வயசு வித்தியாசமாத் தான் கொடுத்தன். அது என்ன சந்தோஷமா இல்லையா? என்ன தனம்?'

அம்மா எங்கோ பார்த்தாள்.

'கூட்டிக்கிட்டுப் போ தாராளமா. கல்யாணம் கட்டிக்கிட்டு கூட்டிக்கிட்டுப் போ. கல்யாணம் ஆகாத பொண்ணை அனுப்பத் தயாரா இல்ல.'

'என்ன அக்கா, இப்படிச் சொல்றாங்க?'

'எனக்குத் தெரியாதுப்பா.'

2

ஏஷியாட் கிராமம் ஒரு ஆதர்சப் பிரதேசமாக இருந்தது. இளைஞர்களின் உலகம் - ஓட்டக்காரர்கள், நீச்சல்காரர்கள் பந்து விளையாட்டுக்காரர்கள், குத்துச் சண்டைக்காரர்கள் என்று பற்பல சப்பை மூக்கர்கள், மஞ்சள் நிறத்தினர், கறுப்பர்கள், இரானியர்கள், மலேசியர்கள் அங்கங்கே ஓடிக்கொண்டும், பயிற்சி பண்ணிக்கொண்டும், கம்பா கோலா உறிஞ்சிக் கொண்டும் முப்பது செகண்ட்டுக்கு ஒரு முறை வரும் மினி பஸ்ஸுக்காகக் காத்துக்கொண்டும்... இது இந்தியாவா என்று பிரமிப்பாக இருந்தது.

ராஜ்மோகன் ரசியுடன் லவுஞ்சில் நடந்தார். ரசி சுற்றுமுற்றும் வேடிக்கை பார்த்துக்கொண்டே வந்தாள். ஒலிபெருக்கி, ப்ரோட்டோகால் ஆபீசர் சரளா கப்பூரை விளித்தது. ஜப்பானிய ஹாக்கி கோஷ்டி சிரித்துக்கொண்டே விடை பெற்றுக் கொண்டு பஸ்ஸில் துள்ளி ஏறி உட்கார்ந்துகொள்ள ரசி அங்கே இருந்த போர்டைப் பார்த்து, 'இது என்ன மாமா?' என்றாள்.

'ஃபிலிம் ஷோ.'

'அய்! போலாம் மாமா, நல்லாருக்கும்.'

'நல்லாருக்கும். ஆனா ப்ராக்டிஸ் போயிரும். என்ன சொல்லி யிருக்கேன்? ஷார்ட் ஸ்பிரிண்ட்!'

ரசி அலுத்துக் கொண்டாள். 'குளிருது மாமா. இப்ப போய் ஓடச் சொல்றீங்களே?'

'பத்து நிமிஷம் ஓடியாகணும். உன் ஸ்டார்ட்டை நான் திருத்தியே ஆகணும். நேரா ரூமுக்குப் போறோம். ட்ராக் ஸூட் மாத்திக்கறே. ஓடற. அவ்வளவுதான். எல்லாம் முடிஞ்சப்புறம் சினிமாவை ஆசை தீரப் பார்க்கலாமே?'

'உங்க பிராக்டிஸ் முடியவே முடியாது. இதுக்கப்புறம் ஒலிம்பிக்ம்பிங்க. அதுக்கப்புறம் வேற ஏதாவது இருக்கும். தோத்துட்டாத் தேவலாம்போல இருக்குது!'

ராஜ் முகம் சிறுத்தது. 'இதப்பாரு ரசி! என்ன ஆனாலும் சரி, தோக்கறதைப் பத்திப் பேசவே பேசாதே. நீ ஜெயிக்கப்போற ரசி! நீ சாதிக்கவேண்டியது எவ்வளவோ இருக்குது. உன் உடம்புங் கறது ஒரு பிரமாதமான மிசின். இதை வெச்சுக்கிட்டு நான் அந்தப் பத்து செகண்ட்டை சாதிச்சுக் காட்டறேனா இல்லையா பாரு. இத பாரு, பதினொண்ணு பாயிண்ட் ஏழு ஏஷியாடுக்குப் போதும். அந்த லிடியா ஒண்டிதான் உனக்கு ஈடு. அவளும் ஏழுதான் செஞ்சிருக்கா. உன்னால மூணு ரெண்டு கூடச் செய்ய முடியும்; செய்திருக்க. நாளைக்குச் செய்யப் போறே! ஆனா உன் குறிக்கோள் அது இல்லை. பத்து செகண்ட்!'

'ஆம்பிளைங்களே இன்னம் செய்யலியே மாமா?'

'யார் சொன்னது 1912-லேயே லிப்பின்காட் டென்பாயிண்ட் ஸிக்ஸ் ஓடியிருக்கிறான். 1936-லே ஜெஸ்ஸி ஓவன்ஸ் டென் பாயிண்ட்டுக்கு வந்துட்டான். 1960-லே ஆர்மின் ஹாரின்னு ஜெர்மன்காரனும் ஜெரோம்னு கனடாக்காரனும் பத்து செகண்ட்டைத் தொட்டாங்க. மெக்ஸிகோ ஒலிம்பிக்ஸ்லே மூணு அமெரிக்காக்காரங்க நைன் பாயிண்ட் நைன் பண்ணிட்டாங்க! ஜிம் ஹைன்ஸ் ரெண்டு தடவை செய்துட்டான். 1972-லே...'

'அய்யோ, போதும் மாமா! புள்ளிவிவரத்தை ஆரம்பிச்சீங்கன்னா விடமாட்டீங்க நீங்க! பொம்பளை யாரும் செய்யலை இல்லையா?'

‘டென் பாயிண்ட் எய்ட் எய்ட்! ஒரு ஜிடிஆர் பொண்ணு செய்திருக்குது. அதான் ரிக்கார்டு.’

‘பின்ன எப்படி என்னால செய்ய முடியுங்கறீங்க?’

‘நீ பொம்பளையே இல்லையே!’ என்றார் ராஜ்மோகன் தன் கெடிகாரத்தைப் பார்த்துக்கொண்டு.

ரசி, ‘போங்க மாமா,’ என்று கோபித்துக்கொள்ள, ‘விளை யாட்டுக்குச் சொன்னேன் ரசி. பத்து செகண்டுங்கறது ஆதர்சம். எவரெஸ்ட் மேல ஏன் ஏற முயற்சிக்கறேன்னு கேட்டபோது அது அங்கே இருக்கிறதினாலேன்னு சொன்னான் பாரு, அதுதான் நமக்கும்! அந்தக் குறிக்கோள் இருக்கிறவரைக்கும், உன்கிட்ட இந்தத் துடிப்பும் உடலமைப்பும் இருக்கிறவரைக்கும், முயற்சி பண்ணிக்கிட்டே இருக்கணும்!’

அறைக்குள் நுழைந்ததும் ‘நான் குளிச்சிர்றேனே’ என்றாள் ரசி.

‘தலைக்குக் குளிக்காதே, சளி புடிச்சுக்கிட்டா ஆபத்து. இரு. கொஞ்சம் தலைமயிரை கட் பண்ணிடறேன்.’

‘இருக்கட்டும் மாமா! இருக்கிறதே எலி வாலு. இதை இன்னும் வெட்டிட்டீங்கன்னா என்னமோ போல ஆயிரும்.’

‘ஏய், இப்ப நீ என்ன அழகிப் போட்டிக்கா போறே? உன் உடம்பிலே ஒவ்வொரு கிராமும் முக்கியம்! எங்க அந்தக் கத்திரிக்கோல்?’

ரசி முன்னறையிலிருந்து டவல் எடுத்துக்கொண்டு தன் சட்டையைக் கழற்றிக்கொண்டே பாத்ரூம் அருகில் செல்ல ராஜ் கத்திரிக்கோல் தேடிக்கொண்டே அங்கு வந்தார்.

‘பார்க்காதீங்க.’

‘பார்க்கிறதுக்கு என்ன இருக்கு உங்கிட்டே?’

‘வாங்க வாங்க! முடிஞ்சப்புறம் வஞ்சனை இல்லாம தின்னுட்டுப் பெருத்துப் போயிறப் போறேன்.’

ராஜ் அவள் உடலில் லோஷன் தடவி, ‘இத பார் கண்ணு, இந்த உடம்பு தங்கம் எடுக்கப் போவுது, இந்தச் சுண்டைக்காய் ஏஷியாடிலே இல்லை. அமெரிக்காவிலே, லாஸ் ஏஞ்செல்ஸிலே! இது என்ன உடம்பு தெரியுமா? ஓடறதுக்கே படைக்கப்பட்ட

அம்பு இது! ஒரு அவுன்ஸ் எகிற விடுவேனா? இதை வெச்சுக் கிட்டு உலகத்தை ஜெயிச்சுக் காட்டறேன் பாரு.'

ரசி தனக்குச் சம்பந்தமே இல்லாத பொருளை அவர் வர்ணிப்பது போலத் தன் உடம்பைப் பார்த்துக்கொண்டாள். 'ப்ரா போட்டுக் கறப்ப அந்த மெலிசா இருக்கிறதைப் போட்டுக்க. அதுதான் கைக்குள்ள அடக்கிடறாப்பல கச்சிதமா வெய்ட் இல்லாம இருக்கு' என்றார்.

'ப்ரா இல்லாமயே ஓடிரட்டா?'

'சேச்சே! ரொம்பக் குலுங்கும். வேண்டாம்' என்றவர் இடுப்பில் ஒரு குத்து குத்தி, 'ரொம்ப பெரிசாய்ட்டு வர்றே, சாக்கிரதை' என்றார். 'போ கண்ணு குளிக்கப் போ. குளிச்சிட்டு லைட்டா ஏதாவது வேணாச் சாப்பிடு. சாப்பிடணுமா, நேர ப்ராக்டிஸ் ஆரம்பிச்சுரலாமா?'

'அய்யோ! சாப்பிடலைன்னா பட்னியில உயிரை விட்டிருவேன்! ஒரு ஆரஞ்சு ஜூஸ் சாப்பிட்டது.'

'சரி, ஒரு சுக்கா சப்பாத்தி கூட இன்னிக்கு ஸாங்ஷன், போ!'

மெலிதான உஷ்ணத்துடன் வென்னீர் அவள் முகத்தில் விரோத மில்லாத ஊசிகளாகக் குத்தும்போது ரசி சற்று உற்சாகமாகத்தான் இருந்தாள். ஸ்பாஞ்ச் வைத்து உடம்பெல்லாம் தேய்த்துக் கொண்டபோது தன் உடலமைப்பை நிதானமாகப் பார்த்துக் கொண்டாள். வில்போலத்தான் இருந்தாள். வயிறு பதிந்து கால்கள் மார்பிலிருந்தே புறப்பட்டது போல நீண்டு, எடையே இல்லைபோல் உணர்ந்தாள். மாமா அப்படிக் கட்டுப்பாடாக உணவளித்து வளர்த்திருக்கிறார்.

'என்னால் இந்தப் பொண்ணைக் கல்யாணம் செய்துக்கறதுங்கறது ஆவாத காரியம். சனங்க ஒப்புக்க மாட்டாங்க மாப்பிள்ளை!'

'அப்ப இதைக் கூட்டிப் போக முடியாது.'

முதல் முறை முயற்சியைக் கைவிட்டு விட்டார் மாமா. ரசி தொடர்ந்து பொன்மலையிலும் குளித்தலையிலும் ஓடி ஓடிக் கோப்பைகளாகச் சேர்த்துக்கொண்டுதான் வந்தாள்.

ஆம்பிளைப் பாப்பாத்தி!

சைக்கிளில் அவள் மின்னல்வேகத்தில் செல்லும்போதோ, ஸ்கூல் வாசலில் மரத்தின்மேல் ஏறும்போதோ, ஹை ஜம்பில் காலைத் தூக்கி ஏறக்குறைய ஐந்தடி அப்போதே தாண்டிய போதோ பாய்ஸ் எல்லோரும் கேலி பண்ணுவார்கள். விமலா வுக்குக் காதல் கடிதம் வரும். இவளுக்குப் பொம்மை போட்டுக் கேலிச் சித்திரங்கள்தான். உயரமாக இருந்தது பெரிய கஷ்டமாக இருந்தது. ஆரம்ப காலத்தில் கூன் போட்டு அதை மாமா திருத்துவதற்கே ஒரு வருஷம் ஆயிற்று.

அப்பாவுக்கு இரண்டாயிரம் ரூபாய் தேவையாக இருந்தது. எதற்கு, எங்கே கடன் வாங்கினார் என்பதெல்லாம் அவளுடைய சின்ன வயசு மனத்துக்கு விளங்கவே இல்லை. ஆனால் மாமா அந்தக் கடனைக் கொடுக்க முன்வந்தபோது, மறுபடி தன்னைப் பற்றிப் பேச்சு வந்தது ஞாபகம் இருந்தது.

'கொடுக்கறேன் மாப்பிள்ளை. ஆனால் ஒரு கண்டிஷன்.'

'என்ன, ஒரு மாதத்துக்குள்ள திருப்பித் தந்துர்றேன் ராஜி.'

'திருப்பித் தரக்கூட வேண்டாம். இந்தப் பெண்ணை அழைச் சுட்டுப் போயிர்றேன்.'

'திருப்பியும் துவங்கிட்டியா? இத பார்ரா, கல்யாணமாவாத பொண்ணு, இதைக் கூட்டிட்டுப் போறேங்கறியே. கல்யாணம் கட்டிட்டுப் போயிக்கேயன். நாளைக்கே ஏற்பாடு செய்துர்றேன்.'

'இத பாருங்க, இந்தப் பொண்ணு கல்யாணத்துக்குன்னு ஏற்பட்ட பொண்ணில்லை மாப்பிள்ளை. இது ஓடணும்.'

'கல்யாணம் பண்ணிக்கிட்டு ஓடட்டும்.'

'பாருங்க, இதுக்கு கல்யாணத்தை மட்டும் செய்துட்டா அவ்ளதா! ஆட்டம் குளோஸ்! மூணாவது மாதம் கெர்ப்பமாயி வீட்டுக்கு வந்து உக்காந்துரும். உடம்பு ஊதிப் போயிடும். குட்பைதான் ஓட்டத்துக்கு!'

'நீதானே கல்யாணம் செய்துக்கங்கறேன்.'

'என்ன பேச்சு பேசறீங்க? நல்லா இருக்குதா? இது என் குழந்தை மாதிரி! அக்கா மகளில்லை. என் மக மாதிரி!'

'ரெண்டாயிரத்துக்கு இதை விலைக்கு வாங்கிட்டுப் போறேங்கிறே!'

'சேச்சே, நீங்க பேசறது ஒண்ணும் நல்லாயில்லை இன்னைக்கு.'

'ஏண்டி ரசி? உம் மாமன்கூடப் போறியா? உன்னை ஓட்டத்திலே, அது என்ன சொல்வாங்க, வீராங்கனையா ஆக்குவானாம்! ஏம்பா ராஜி, படிப்பு என்ன ஆவறது?'

'எஸ்.எஸ்.எல்.ஸிக்கு மேலே படிக்க வைப்பீங்களா இதை? மாட்டீங்க! இனிமே இதுக்கு படிப்பு ஓட்டம்தான்.'

'என்னடி சொல்ற. ஊமைக் கோட்டான் மாதிரி பார்த்துக்கிட்டே இருக்கியே?'

அவர்கள் எல்லோரும் அவள் பதிலுக்குக் காத்திருந்தார்கள்.

ஆம்பிளை பாப்பாத்தி! ஓடக்கோல்! ஓடிப்போய் ஒரு பாய்ட் சிகரெட்டு! தமிழரசன்! ஒல்லிப்பொண்ணு! எங்க போறே குச்சி மனுசி!

'நான் மாமாகூடப் போறேம்மா.'

அம்மா இப்போது என்ன செய்துகொண்டிருப்பாள்? எழில் என்ன செய்துகொண்டிருப்பாள்? அப்பா எப்போதும் போல வாசலில் விசிறிக்கொண்டு யாரையாவது 'ஒரு பாய்ட் சிகரெட்'டுக்கு அனுப்பிக்கொண்டிருக்க, அம்மா ஆப்பம் சுட்டு அதைப் பொன்னிறம் லேசாகப் படர எடுத்து 'எனக்குத்தான் பஸ்ட்ட்டு! எனக்குத்தான் பஷ்ட்டு!'

தண்ணீருடன் கண்ணீரும் வழிய, 'அம்மா' என்று ஒரு முறை சொல்லிக்கொண்டாள்.

'என்ன இத்தினி நேரம்? தலைக்கு குளிக்கிறியா, என்ன?'

'இல்லை மாமா, இதோ வந்துட்டன்.'

டைனிங் ஹாலில் தின்பண்டங்கள் கொட்டிக்கிடந்தன. பொட்டேடோ ரோஸ்ட், அரியப்பட்ட காரட் தக்காளியில் சிரிக்கும் மீன் வறுவல், புலவரிசி, கீரை, பருப்பு, கட்டித் தயிர், ஐஸ்கிரீம், பழங்கள்.

'ஒரே ஒரு கப் தயிர் சாப்பிடுக்க. வேணும்னா ஒரு சுக்கா ரொட்டி' என்றார் மாமா.

'நூத்திப் பதினைஞ்சு ஐட்டத்தில் இது ஒண்டிதானா?' என்றாள் ரசி. போட்டோகிராபர் அவர்களை அணுக, உடன் வந்திருந் தவன் 'ஹாய்! ஐம் மனோகர், ஹவ் ஆர் யூ தமிழரசி?' என்றான்.

ரசி திடுக்கிட்டு மாமாவைப் பார்க்க, அவர் 'ஹூ ஆர் யூ?' என்றார்.

'சார், எம்பேர் மனோகர். தமிழ்க்காரன்தான். உங்க பொண்ணைச் சின்னதா ஒரு போட்டோ எடுக்கணும்.

'அவ என் பொண்ணில்லை' என்றார். 'போட்டோ அப்புறம் எடுக்கலாம்.'

'என்ன ஸார், நாளைக்கு இவங்க படக்குனு ஜெயிச்சுட்டா, உடனே ஃப்ளாஷ் பண்ண போட்டோ வேண்டாமா? ஷர்மா பிச்சுருவார்! ஷர்மா தெரியாது?'

'தெரியாது.' ராஜ் அவன் சொன்னதை கவனிக்காமல் போட்டோ எடுக்கத் தொடங்கிய கேமராவைப் பிடுங்கிக்கொண்டார்.

3

கேமராவைப் பிடுங்கிக்கொண்ட ராஜ்மோகனிடம், மனோகர், 'விளையாடாதீங்க சார். பிலிம் இருக்கு' என்றான்.

ராஜ் கேமராவின் முதுகை நிதானமாகத் திறந்து அதனுள் இருந்த பிலிமை உருவி உருவி விடுதலை செய்தார். 'இந்தா வெச்சுக்க கேமரா!' என்றார்.

மனோகர் அவரையும் கீழே கிடந்த பிலிமையும் மாறி மாறிப் பார்த்தான். 'ஓஹோ, அப்படியா சேதி, அவ்வளவு கோவம் வருமா உங்களுக்கு? மிஸ்டர், உங்க செய்கைக்கு நீங்க மன்னிப்பு கேக்கும்படியாச் செய்யறதுக்கு எனக்கு ஸீக்கோ நேரப்படி அஞ்சு நிமிஷம்கூட ஆகாது. எஸ்.ஓ.ஸி. ஏன், ராஜீவ்க்கே, ரிப்போர்ட் தந்துர முடியும். உங்களை இந்தக் கிராமத்தில இருந்தே நீக்கிரட்டுமா?'

'போடா! என்ன வேணா செஞ்சுக்க!'

'தமிழரசி! இந்த மாதிரிக் காட்டான்களோட எல்லாம் எப்படி சகவாசம் வெச்சுக்கறீங்க?'

ரசி தன் மாமாவைப் பயத்துடன் பார்த்துக்கொண்டிருந்தாள். 'த்ரிபாத்தி, ஃபிக்கர் மத் கரோ! ரிப்போர்ட் கரேங்கே! தமிழரசி! நீங்களாவது இந்தக் கேணத்தனமான நடத்தைக்கு வருத்தப் படுவீங்கன்னு நினைக்கிறேன். ஒண்ணு மட்டும் வெச்சுக்குங்க. உங்களை நான் விட்டுட மாட்டேன். துரத்தித் துரத்தி அடிக்க லேன்னா என் பேரு மனோகர் இல்லை. ஆவோ, த்ரிபாத்தி!'

கேமராக்காரர் கேமராவை மூடிக்கொண்டு, 'ஸாலா மத்ராஸி லோக் ஐஸா ஹி ஹை!' என்று முணுமுணுத்துக்கொண்டே செல்ல, ரசி 'என்ன மாமா இப்படிச் செய்துட்டீங்க?' என்றாள்.

ராஜ், 'போட்டோ எடுக்காதேன்னா, நம்ம அனுமதி இல்லாம போட்டோ எடுத்தா இப்படித்தான்!'

'எடுத்தா என்னவாம்?'

'ஓடறப்போ எடுக்கட்டும். உக்கார்றப்ப போறப்ப எல்லாம் எதுக்கு எடுக்கணும்! நீ என்ன சினிமாக்காரியா?'

'இருந்தாலும் கொஞ்சம் சாஸ்திதான் மாமா நீங்க.'

'இத பாரு, ஏதாவது சொன்ன, துரத்தி விட்டுருவேன்! உனக்காக நான் பட்ட பாட்டுக்கு ஒரு நா என் பேச்சை கேட்டுகிட்டு கம்முனு வா. என்ன? உன்னை விட்டுட்டுப் போயிரவா?' என்றார். அவர் நெற்றி நரம்புகள் நகருவது பயமாக இருந்தது. சற்றுத் தூரத்தில் இருந்து அந்த மனோகர் இன்னும் அவரையே பார்த்துக்கொண்டிருந்தான். அவர் நிமிர்ந்ததும் தன் இரண்டு விரல்களை முறுக்கிக் காட்டி அவர்களை நோக்கிச் சுட்டான். சட்டென்று திரும்பிக்கொண்டான்.

•

ப்ராக்டிஸ் ட்ராக்கில் மாமா ஸ்டாப் வாட்ச் வைத்துக்கொண்டு ஸ்டார்டிங் ப்ளாக்கில் அவள் காலை அமைத்து முதுகை வளைத்து 'ஓடு' என்றதும், புல்வெளியில் ஒற்றை மின்னலாக ஓடியபோது அந்தச் சம்பவத்தை மறந்துவிட்டிருந்தாள். எங்கே, எதற்காக என்பதெல்லாம் விடுபட்டுப்போய் ஓடுகிற செயல் ஒன்று மட்டும் முக்கியமாக....

'லெவன் பாயிண்ட் நைன். அது போதும். அதிகம் முயற்சி பண்ணாதே... எங்கேயாவது ஸ்ப்ரெய்ன் ஆயிட்டுதுன்னா

டேஞ்சர். கொஞ்சம் ஜாகிங் பண்ணி லிம்ப்ஸ் எல்லாம் கொஞ்சம் லூசன் பண்ணிக்க. ராத்திரி யோகா எக்ஸைஸ் பண்ணிட்டா இன்னிக்குப் போதும். சாப்பாடு மட்டும் லைட்டா இருக்கணும் என்ன? பவல்ஸ் எல்லாம் சரியாத்தானே இருக்குது... அஜீரணம் எதுவும் இல்லையே?'

ராத்திரி காண்டீனில் போய் உட்கார்ந்தபோது பக்கத்து டேபிளில் அந்த மனோகர் உட்கார்ந்திருந்தான். 'வணக்கம்!' என்றான். மாமா தயிர் வாங்கி வரப்போயிருந்தார். 'எப்படி இருக்கார் உங்க சர்வாதிகாரி?'

தமிழரசி பதில் சொல்லவில்லை. ப்ளேட்டைப் பார்த்தாள். 'சுக்கா சப்பாத்தி! இந்த இடத்திலே ஒரு நாளைக்கு இருபதாயிரம் முட்டை, பன்னிரண்டாயிரம் கேஜி சிக்கன், இரண்டாயிரத்து ஐநூறு கேஜி மட்டன், எழுபதாயிரம் பழங்கள் புழங்குது. உனக்கு ரெண்டு சப்பாத்திதானா! அநியாயம்!'

தமிழரசி பேசாமல் எழுந்து மாமாவின் பின்னால் போய் க்யூவில் நின்றுகொண்டாள்.

'என்ன இங்க வந்துட்ட?'

'அந்தாளு தொந்தரவு பண்றான்.'

ராஜ்மோகன் திரும்பிப் பார்க்க மனோகர் அங்கிருந்து சிரித்துக் கொண்டே கை ஆட்டினான். 'இரு, அவனை என்ன செய்யறேன் பாரு' என்று நகர்ந்தார்.

'வேண்டாம் மாமா. வேற டேபிள்ள போய் உட்கார்ந்துரலாம் என்றாள்.

ராத்திரி படுத்துக்கொண்டபோது அவளுக்கு என்னவோ போல இருந்தது. மனோகர் சிரித்ததும் மாமா முதல் ஸ்டார்ட் சரியில்லை என்று முதுகில் அடித்ததும் நினைவுக்கு வந்தன. கடிகாரங்கள் படபடவென்று எண்கள் மாறின. ரீல் ரீலாக போட்டோ பிலிம்கள் அவளைச் சுற்றிக்கொண்டன. அவற்றை எல்லாம் கலைத்துவிட்டு, தொடைகளுக்கு இடையில் தலையணையை இறுக்கிக்கொண்டு படுத்தாள். பட்டென்று விளக்கு வெளிச்சம் பெற, கண்ணைத் திறந்தாள். மாமா நின்று கொண்டிருந்தார். 'மல்லாக்கப் படுத்துக்க. டீப் ப்ரீத்திங் பண்ணனும்...' என்று கம்பளியை அவள்மேல்

போர்த்தி, அதை இரண்டு பக்கங்களிலும் செருகி, கன்னத்திலும் லேசாகத் தட்டிவிட்டு, 'தூங்கு!' என்று விளக்கை அணைத்தார்.

காலை பஸ்ஸுக்காகக் காத்திருந்தபோது, 'ஸ்வெட்டர் எடுத்து வந்தியா?' என்று ராஜ் கேட்டார்.

'இல்ல மாமா, மறந்துட்டேன்.'

'இங்கேயே நின்னுக்கிட்டு இரு, போயிராதே! நான் ஓடிப்போய் எடுத்துட்டு வந்துர்றேன்.'

'சரி!'

அவர் போனதும் மற்ற தேசக்காரர்களை வேடிக்கை பார்த்துக் கொண்டிருந்தாள். அவர்கள் குட் மார்னிங் சொன்னதற்குச் சட்டென்று சிரிக்கத்தான் வந்தது.

'வணக்கம்!' என்று கேட்டுத் திரும்பிப் பார்த்தாள். அவன்தான்.

'எங்க சர்வாதிகாரி?'

'யாரு?'

'அதான் மிஸ்டர் மோகன்ராஜ்! அவர் யாரு, உங்கப்பா இல்லையா?'

பேசாமல் இருந்தாள்.

'பேசக் கூட பர்மிஷன் வேணுமா?' பஸ் வந்தது. பின்னால் இருக்கிறவர்கள் தயங்க, மனோகர் அவள் கையைப் பிடித்து அழைத்து, 'வா, இந்த பஸ்ல போயிரலாம்...' என்றான்.

'அவரு வரணும்...'

'எக்ஸ்க்யூஸ் மீ' என்று பின்னால் யாரோ அவசரப்படுத்த மனோகர் அவளை இழுத்து உள்ளே செலுத்தி, தானும் ஏறிக் கொண்டுவிட்டான். கம்பியைப் பிடித்துக்கொண்டு நின்று 'மாமா... மாமா வரலையே இன்னும்?' என்றாள்.

'எல்லாம் வருவாரு உக்காரு' என்று சீட்டில் அழுத்தி அருகில் உட்கார்ந்தான். பஸ் புறப்பட்டது. அவளுக்குப் பயமாக இருந்தது. வாழ்நாளிலேயே முதன்முறையாக மாமா இல்லாமல் பிரயாணம் செய்கிறாள். திரும்பித் திரும்பி நோக்கினாள்.

'எங்க போயிருவார்? அடுத்த பஸ்ல வந்துருவார். தமிழரசி, நீதான் ஜெயிப்பேன்னு பேசிக்கிறாங்க.'

'எனக்குத் தெரியாது' அவனை ஒரு முறை பீதியுடன் பார்த்தாள்.

'பயப்படாதே, உன்னைக் கடிச்சுச் சாப்புட்டுற மாட்டேன்.' அவன் நெற்றியில் சின்னத் தழும்பு இருந்தது. தலை வாரி ஒரு வாரம் ஆயிருக்கும்போலத் தோன்றியது. 'ராத்திரி கதவைச் சங்கிலி போட்டுப் பூட்டிருவாரா?' என்றான்.

'சேச்சே!' என்றாள். வினோதமான கோட்டு அணிந்திருந்தான். மீசை திருத்தப்படாமல் இருந்தது. கண்களில் சிரிப்பு ஸ்திரமாக இருந்தது. 'உன் வெய்ட் என்ன?'

'தெரியாது.'

'உன்னைப்பத்தி ஒரு ஃபீச்சர் எழுதணும். தெரியாது தெரியாதுன்னே எழுதிடவா?'

'மாமாவைக் கேட்டுக்குங்க!'

'சரிதான். அவர் பேனாவைத் திறந்து இங்கியைக் கொட்டிருவாரு. அப்பா, முத தடவையா சிரிச்சே!'

சட்டென்று சிரிப்பதை நிறுத்திக்கொண்டு, 'அடுத்த பஸ்ஸு எப்ப?' என்றாள்.

'கவலையே படாத! நிச்சயம் வந்துருவாரு! உன்னை போட்டோ எடுத்தா என்ன, குறைஞ்சா போயிருவாரு? உன் போட்டோ யார் கிட்டயும் இல்லை தெரியுமா? இண்டியா டுடே, ஸண்டே எல்லாம் ஸ்கூல் போட்டோ ஒண்ணுதான் வெச்சிருக்காங்க.'

'மாமாவுக்கு அதெல்லாம் இஷ்டமில்லை.'

'மாமா? ஓடப் போறது நீயா, மாமாவா?'

'நான்தான்!'

'சரிதான். அதுக்குகூடப் பதில் சொல்லணுமா? உனக்கு இங்கிலீஷ் தெரியுமா?'

'புரிஞ்சுப்பேன்' என்று பின்னால் பார்த்தாள்.

‘பதினோரு செகண்ட்டில நூறு மீட்டர் ஓடியிருந்தியாமே, நிசமாவா!’

‘ஆமாம், பத்து ஒன்பதுகூட ஒருமுறை செஞ்சிருக்கன்.’

‘அஃபிஷியலாவா!’

‘புரியலை.’

‘பத்து ஓம்பது எப்ப செஞ்ச?’

‘பெங்களூர்ல. மாமாதான் டயம் பண்றாரு. வெளிய சொல்ல வேண்டானாரு.’

‘மாமாதான் உனக்குக் குளிப்பாட்டி விடுவாரா?’

அவள் கண்கள் சரிந்தன. ஒரு முறை செய்திருக்கிறார்!

‘உனக்குன்னு ஜெயிக்கணும்னு ஆசையில்லையா?’

‘ஓடப் போறேன். அவ்வளவுதான்.’

‘லிடியா டி வேகாவைப் பத்தித் தெரியுமா?’

‘சொல்லியிருக்காரு. நல்லா ஓடுமாம்.’

‘அவளை பீட் பண்ணிருவியா?’

‘ஓடுவேன். அவ்வளவுதான்.’

‘ஓடறதைத் தவிர வேற ஏதாவது இருக்கா உன் வாழ்க்கைல?’

‘இல்லை’ என்றாள்.

ஸ்டேடியம் போய் இறங்கினதும், ‘இங்கேயே நின்னுக்கிட்டு இரு. அடுத்த பஸ்ல எஜமானர் வருவாரு. நான் போயிர்றேன். என்னைப் பார்த்ததும் பாப்கார்ன் மாதிரி பொரிவாரு!’ என்று விலகினான்.

சொல்லி வைத்தாற்போல் அடுத்த பஸ்ஸில் முதன் முதல் இறங்கினார்.

‘எங்க போயிட்ட! நான் இருன்னு சொன்னனில்லை?’ என்றார் கடுமையாக.

'பஸ்ஸு வந்தது. எல்லாரும் ஏறிக்கிட்டாங்க. நானும்...'

'பொய்! உனக்கு அத்தனை தைரியம் கிடையாது. என்ன நடந்தது? என் கண்ணை நேராப் பார்த்துச் சொல்லு.'

அவள் பார்க்கவில்லை. அருகே வந்து முகத்தை நிமிர்த்தினார். தாடை வலித்தது. 'சொல்லு' என்றார்.

தமிழரசிக்குப் பொய் சொல்ல வரவில்லை. 'அந்தாளு வந்து என்னை பஸ்ல ஏற்றி விட்டான்!'

'யாரு, நேத்திக்கு வந்தானே? என்ன பேரு?'

'மனோகர்!'

'அவன் ஏறச் சொன்னால் ஏறிக்கிட்டியா?'

மௌனமாக இருந்தாள்.

'அடுத்தது படுத்துக்கச் சொல்வான், படுத்துப்பியா?'

'மன்னிச்சுக்கங்க மாமா!'

'வர வர உன் நடத்தை ரொம்ப மோசமாயிட்டு வருது.' மாமா சுற்றுமுற்றும் பார்த்தார். மலேசியர்களும் சைனாக்காரர்களும் ஜப்பான்காரர்களும் சதா சிரிப்புடன் புழங்கிக்கொண்டிருக்க, அவளை ஏதாவது ஒரு விதத்தில் அவர் தண்டிக்க விரும்புகிறார் என்பது தெரிந்தது. அவள் கையைப் பற்றினார். புஜத்துக்குக் கீழ் தன் நகங்களை நட்டு அழுந்தக் கிள்ளினார். 'சுரீர்' என்று வலி பதிவாக, 'ஸ், ஆ! இனிமே செய்யலை மாமா!' என்றாள். விட்டு விட்டார். கிள்ளப்பட்ட இடத்தைப் பார்த்துக் கொண்டாள். வலி இன்னும் மிச்சமிருந்தது. கண்களில் ஈரம் தெரிந்தது.

ஸ்டேடியத்தின் வாயிலை நோக்கி நடக்கும்போது பேசிக் கொண்டே வந்தார். 'உனக்காக எவ்வளவு செஞ்சிருக்கேன்? எல்லாத்தையும் ஒரு நாளில் பாழாக்கி விடுவ போல இருக்கே? உன்னைச் சீரங்கத்திலேயே விட்டுட்டு வந்திருக்கணும். பன்னிக் குட்டி மாதிரி பெத்துக்கன்னு சேத்திலே உழல விட்டிருக்கணும். உன்னைப் பெரிய மனுஷியாக்கி, பேர் கொடுத்து, புகழ் கொடுத்து உன்னைத் தலைமேல தூக்கி வைச்சா பத்திரிகைக் காரன் பின்னாடி ஓடுவியா? உனக்கு ஆம்பிளை சுகவாசம் வேணும்மின்னா நான் தரேண்டி!'

மாமாவை நிமிர்ந்து பார்த்தாள்.

'என்ன மாமா செய்துட்டேன்? என்ன என்னவோ பேசறீங்களே?'

அவர் ஒருமுறை அவளை முறைத்துப் பார்த்தார். சட்டென்று முகம் மாறி, 'போனாப் போவுது, வா கண்ணு! இனி அந்த மாதிரிச் செய்யாதே' என்று அவளை முதுகில் தட்டி அழைத்துச் சென்று ட்ரெஸ்ஸிங் ரூமில் அவள் கையை ஆராய்ந்து, கிள்ளி யிருந்த இடத்தில் லேசாக ரத்தம் வந்திருந்ததற்கு ஆயின்ட் மெண்ட் தடவினார்.

4

தமிழரசிக்கு ஸ்டேடியத்தை அணுகும்போது மாமாவின் மேல் கோபம் வந்தது. கூடவே கொஞ்சம் தன்னிரக்கத்தில் அழுகையும் வந்தது. அப்பா இந்த மாதிரிக் கிள்ள மாட்டார். சும்மா சத்தம் போடுவாரு. அவ்ளதான். அம்மாகூடச் சத்தம்தான் போடுவாங்க. விஷமம் பொறுக்க முடியலைன்னா தான், தங்கச்சியை ஒரு முறை காம்பஸ்ஸால் கீறிட்ட போது விசிறிக் காம்பால் அடிச்சாங்க. என்னை அப்பாவும் அம்மாவும் சேர்ந்து ரெண்டாயிரம் ரூபாய்க்கு வித்துட்டாங்க....

'என்ன ரசிக்கண்ணு கோபமா?'

பேசவில்லை.

'பேச மாட்டியா?'

'ம்ஹூம்.'

'எல்லாம் உனக்கு நல்லதுக்குத்தான் சொல்றேன். ரேஸுக்கு முந்தி எந்தவிதமான பாதிப்பும் எந்த விதமான டிஸ்ட்ராக்ஷனும் இருக்கக்கூடாது.

ஒட்டம்ங்கறது வழிபாடு மாதிரி. கடவுளை நினைச்சுக்கறாப்பல. தெரியுமா?'

ரசி இப்போதும் பேசவில்லை.

'கோபமா? சாப்பிடப் போறதில்லையா?'

போன மாதம் எதற்கோ கோபப்பட்டு ராத்திரி சாப்பிடாமல் இருந்ததை நினைவுபடுத்துகிறார்.

தமிழரசி தன் கையில் காயத்தைக் கொஞ்சம் மிகையாகப் பார்த்துக்கொண்டு ஊதிக்கொண்டாள்.

'சரி, தப்புதான்! கிள்ளினது தப்புத்தான். மன்னிச்சிக்கன்னு கால்ல விழணுமா என்ன?'

'ம்ஹூம்' என்றாள். 'உங்களுக்கு என்னைத் தண்டிக்கிறதுக்கு உரிமை இருக்கு மாமா. பணம் கொடுத்திருக்கீங்க இல்லை?'

'இதப் பாரு! என்ன பேச்சுப் பேசற? அந்த மாதிரி எண்ணமே உனக்கு வரக்கூடாது. ரசி, இப்பவே வேணும்னா ஸ்க்ராட்ச் பண்ணிட்டு உன்னை உங்கப்பா வீட்டுக்கு அனுப்பத் தயார்.'

தமிழரசிக்கு வீட்டுக்குப் போகவேண்டும் என்று தோன்ற வில்லை. வேறு என்ன மாறுதல் வேண்டும் என்றும் தெரிய வில்லை. குழப்பமாக இருந்தது.'

'ஓடப் போறதில்லை?'

'உம்' என்றாள்.

'அந்தப் பையன்கூடப் பேசினதுக்கு நான் மறுப்புத் தெரிவிச்சது தானே கோபம் உனக்கு?'

'இல்லை' என்று தலையாட்டினாள்.

'பையங்களை எல்லாம் மதிக்காதம்மா! பையங்க, பொண்ணு, காதல், அன்பு இதுக்கெல்லாம் மேற்பட்டவ நீ. சாதிக்க வேண்டி யவ! கடவுள் உன்னைச் சாதனைக்காகப் படைச்சிருக்கார். முகச் சவரம் செய்யாத முரட்டுப் பசங்ககிட்ட சிரிச்சுப் பேசறதுக் கில்லை!'

'சரி, மாமா.'

'சொல்ற விதமே சரியாயில்லையே?'

'என்ன செய்யணுங்கறீங்க!'

'உம் மூடு சரியில்லை. உன்னை மறுபடியும் சிரிக்க வக்க நான் என்ன செய்யணுங்கற?'

'ஒண்ணும் வேண்டாம் மாமா.'

இதற்குள் பிரத்யேக வாசல் வழியாக ஸ்டேடியத்துக்குள் நுழைந்து விட்டார்கள். ஏதோ ஒரு வெற்றி அப்போது ஆரவாரித்துக் கொண்டிருந்தது. எதிரே இருந்த மகா போர்டில் இந்தி எழுத்துக்கள் உலவிக்கொண்டிருந்தன. ரசி தன் சட்டைக் காலரை உயர்த்திக்கொண்டாள். கொஞ்சம் ஜாக்கிங்போல் ஓட ஆரம்பித்தாள். கைகளை உதறிக்கொண்டாள்.

'வல்சம்மா ஜெயிச்சுட்டாங்களா கேளுங்களேன்.'

'வல்சம்மா, உஷா ரெண்டு பேரும் ஜெயிக்கத்தான் போறாங்க.'

எதிரே ஒரு சப்பை மூக்குப் பெண் கண்களில் கண்ணீருடன் - ஆனந்தமா ஏமாற்றமா என்பது தெரியவில்லை - சென்று கொண்டிருக்க, சர்தார்ஜி பளபளவென்று சிவப்பு கோட்டு அணிந்துகொண்டு விறைப்பாக வெற்றி மேடையை நோக்கிப் பரிசளிக்க நடக்க, மூன்று பெண்கள் சிங்கார உடைகளில் ஆளுக் கொரு தட்டில் மெடல் வைத்துக்கொண்டு ஒயிலாக சர்தார்ஜியின் பின் சென்றுகொண்டிருந்தார்கள். தமிழரசி சற்று நின்று, அந்தப் பெண்களை கண்கொட்டாமல் பார்த்தாள்.

ஒருத்தி ராஜஸ்தான் மணப்பெண்; ஒருத்தி மைசூர்; ஒருத்தி நாகாலாந்து.

'அழகா இருக்காங்க இல்லே?' என்றாள். 'எனுக்குக்கூட அந்த மாதிரி நடந்து போகணும்போல் இருக்கு. காரியம் ரொம்பச் சுலபம். தலைமயிரை வெட்டிக்கிட்டு இரைக்க இரைக்க ஓட வேணாம்.'

'எனக்கு இந்த மணப்பெண் ஐடியாவே பிடிக்கலை! நம்ம ஊர் பெண்களை பொம்மைகளா நடத்தறாப்பல இருக்குது இது!'

'ஓடறதுக்குத்தான் நாங்க இருக்கமே, இந்த மாதிரி அலங்கார மாகவும் பெண்கள் தேவைப்படுது இல்லை?'

'என்ன சிரிக்கறே?'

'எனக்கு இந்த மாதிரி வேசம் போட்டுத் தட்டு தூக்கிட்டுப் போனா அமிதாப் பச்சனுக்கு போட்டாப்பல இருக்கும்! அமிதாப் வந்திருக்காராமே, என்னைக் கொஞ்சம் கூட்டிட்டுப் போங்களேன்!'

'நீ ஜெயி, உன்னைப் பார்க்க அமிதாப் பச்சனை வரச் சொல்றேன். ஏன், இந்திரா அம்மாவே வந்து பரிசு கொடுப்பாங்க.'

'மத்யானம்தானே மாமா ரேஸ்? இப்பவே எதுக்குக் கூட்டி வந்தீங்க?'

'திரும்பிப் போயிரலாமா, கொஞ்சம் பிராக்டிஸ் பண்ணலாமா?'

'ப்ராக்டிஸ், ப்ராக்டிஸ்! எல்லாம் நிறையப் பண்ணியாச்சு மாமா! கொஞ்ச நேரம் வேடிக்கை பார்க்கறேன். ஐ ஜம்ப் பார்க்கணும்னு ஆசையா இருக்கு மாமா. அது என்ன சொல்வாங்க? பின்பக்கமாக குதிக்கிறாங்களே?'

'ஃபாஸ்பரி ஃப்ளாப்.'

'அது எங்க கத்துத் தருவாங்க?'

'நீ ஐ ஜம்ப் எதும் கத்துக்கவேண்டாம். ஒரு பதினோரு செகண்ட்டுக்கு வெறி பிடிச்சாப்பல ஓடு. அது போதும். உனக்குப் புகழுக்கும் அந்த ஒண்ணாம் நம்பர் மேடைக்கும் எத்தனை தூரம்? ஒரு சில செகண்டுதான்! அதுக்கப்புறம் நீதான் ராணி. ஆசியாவிலேயே வேகமான பொண்ணு!'

'அதுக்கப்பால?'

'பத்து செகண்டு.'

'கொஞ்ச நாளைக்காவது ரெஸ்ட்.'

'எங்க போகணும் உனக்கு?'

'உங்களை விட்டுத் தனியாக் கொஞ்ச நாள்' என்று சொல்ல வரவில்லை ரசிக்கு. அவளுக்குப் போவதற்கு எங்கே மார்க்கம் இருக்கிறது? ஸ்ரீரங்கம், இல்லை மாமாவுடன் மறுபடி பாடியாலாவோ பெங்களூரோ! இப்போதே ஏஷியாட் முடிந்த கையுடன் பம்பாய்க்குக் கூப்பிட்டிருக்கிறார்களாம். மாமா சொல்லிக்கொண்டிருந்தார்.

‘கொஞ்ச நேரம் அங்க போய் வேடிக்கை பார்க்கறேன் மாமா. நமக்குன்னுதான் தனியிடம் கொடுத்திருக்காங்களே!’

‘சரி, நான் போய் அஃபிஷியல்ஸை ட்ராக் அலாட்மெண்ட் விசாரிச்சுட்டு வர்றேன். காலரியை விட்டு எங்கேயும் போயிராதே.’

‘உங்களை விட்டுப் போக முடியுமா மாமா?’

மாமா அவளை நிதானமாகப் பார்த்துவிட்டுப் புறப்பட்டார்.

தமிழரசி இப்போது கொஞ்சம் உற்சாகமாக நடந்தாள்.

•

‘அவள் ஓர் இயங்கும் கவிதை’ என்று மனத்துக்குள் வரி அமைத்துக் கொண்டான் மனோகர். பதினாறு வயசு ஊஜியாணியை எப்படியாவது மடக்கிவிட வேண்டும் என்று இந்திரப்பிரஸ்தாவில் அங்கே இங்கே புகுந்து துரத்தித் துரத்தி ஒரு மூலையில் அந்தச் சீனக் குழந்தையை மடக்கிவிட்டான். குழந்தைதான். பாலன்ஸிங் பீமில் அவள் வேறு மனுஷி. ஆகர்ஷண விதிகள் அவளுக்கென்றே விசேஷ சலுகைகள் அளித்திருப்பதுபோல மனித உடல் அப்படியா வளையும் என்று பிரமிக்க வைத்து, மூன்று குட்டிக்கரணம் போட்டுவிட்டு ஒன்றுமே நடக்கவில்லைபோல் உடனே சிரிப்பு. ஆச்சரிய மாகத்தான் இருந்தது. அந்தச் சீனப்பெண்ணை மஃப்டியில் பார்க்கும்போது, பயந்த பள்ளிச் சிறுமி போல இருந்தாள். ஏதாவது கேட்டால், பக்கத்தில் இன்டர்ப்ரெட்டரைப் பார்த்தாள். அவன் மொழிபெயர்த்ததும் உடனே சிரித்துவிட்டு, சிரிப்பை நிறுத்தாமல் பதில் சொன்னாள். அது மறுமொழி பெயர்த்து வரும்போது, ‘என் நாட்டுக்காக நான் இன்னும் கடினமாக உழைக்க வேண்டும். இன்னும் நிறையப் பயிற்சி பெறவேண்டும். அப்போது தான் உலக அளவுக்குத் தரம் பெற முடியும்’ என்று சீனர்களின் தனிப்பட்ட இரண்டு கை விடை பெற்றுக்கொண்டு உள்ளே ஓடினாள்.

‘இது பெண்ணா, மிஷினா? என்றான் த்ரிபாத்தி. ‘சைனிஸில் வேறு என்னவோ சொல்கிறாள். மொழிபெயர்ப்பில் தேச சேவையைக் கலக்கிறார்கள்’ என்றான்.

‘போட்டோ எடுத்தியா?’

‘சைனாக்காரர்கள் எல்லா போட்டோவும் ஒன்றாகத்தான் இருக்கிறது. அடையாளங் காட்ட இன்னொரு சைனாக்காரன் தேவையாக இருக்கும்.’

‘இந்த ஊஜியாணியை என்னால் அடையாளம் கண்டுகொள்ள முடியும் த்ரிபாத்தி! குழந்தை அது!’

‘மலேசியா ஹாக்கி டீமில் ஒரு பெண் உத்தமம்’ என்று விரல் களை வட்டமாகக் காட்டினான்.

‘நேரு ஸ்டேடியம் போயிரலாம்.’

‘ஓ! உன் சினேகிதி டமில்ரசி! நீயும் என்ன என்னவோ மதராசியில பேசிப் பார்த்தியே, ம்ஹூம், ஏதும் நடக்கலியாமே!’

‘இத பார், இன்னும் ஒரு தடவை மதராசி என்றால் உதைப்பேன். மதராசி என்று ஒரு பாஷையும் கிடையாது.’

‘ஆல்ரைட், தாமில்.’

‘தமிழ், சொல்லு பார்க்கலாம். நாக்கைச் சுட்டுப்போட்டாலும் வராதே உனக்கு.’

‘அந்தப் பெண் அழகாவா இருக்கிறாள்?’ என்றான் த்ரிபாத்தி.

‘யாரு?’

‘டாமிலரசி.’

‘அந்தப் பெண் உடலில் இருக்கிற ஆரோக்கியமே ஒரு அழகு தான்.’

‘சபாஷ்! காலிப் சொன்னார்: ‘உன் உடலின் சன்னிதியில் ஒரு சுடராக இருந்தாலும் போதும்!’ எப்படியும் நீ என்ன முயற்சி செய்தாலும் அந்த கோச் உன்னைப் பதினைந்து அடிக்கு உள்ளே அனுமதிக்கப் போறதில்லை.’

‘பார்க்கலாமா?’

‘என்ன?’

‘ராத்திரிக்குள் நான் அந்தத் தமிழரசியைத் தனியாக டில்லியில் ஒரு ரெஸ்டாரண்டுக்குக் கூட்டி வந்துவிடுகிறேன்.’

‘ஷர்த் லகாவோ யார்!’ த்ரிபாத்திக்கு எதையெடுத்தாலும் பெட்டு வைக்கவேண்டும். இதுவரை முன்னூறு ரூபாய் தோற்றிருக்கிறான்.

‘எவ்வளவு?’

‘நூறு.’

‘மன்ஜூர்! என்றான் மனோகர். ‘வா, நேரு ஸ்டேடியம் போகலாம்.’

•

ஷிவ்நாத் சிங் ஐந்தாவதாக வந்தது அந்த ஐம்பதாயிரம் பேர் கொண்ட கூட்டத்துக்கு ரொம்ப ஏமாற்றம் தந்தாலும், போரேமியோவின் எண்ணூரு மீட்டர் ஓட்டம் எல்லோருக்கும் நிறைவு தந்தது. தமிழரசி ஆரம்பத்திலிருந்தே போரேமியோவின் ஓட்டத்தை அதிசயித்தாள். சார்லஸ் ஒரு திட்டமிட்டு ஓடுவது அவளுக்குப் புரிந்தது. கடைசி 150 மீட்டர் வந்ததும் போரேமியோ மற்றவர்களை முந்திக்கொண்டு மிகச் சுலபமாக ஏன், அலட்சியமாகக்கூட வெற்றி அடைந்ததை ஆரவாரத்துடன் துள்ளிக் குதித்துக் கொண்டே ரசித்தாள்.

‘என்ன ரசி, நீயும் ஜெயிக்கப் போறியா?’ என்று குரல் கேட்டுத் திரும்பிப் பார்த்தாள்.

மனோகர்தான். ‘உனக்கு ஒன்று கொண்டு வந்திருக்கேன்’ என்று பையிலிருந்து எடுத்துக்கொடுத்தான்.

அந்த உறையை லேசாகத் திறந்து காட்டினான். பஸ்ஸில் எடுத்த போட்டோவில் தமிழரசி. அவனை வியப்புடன் பார்த்துக் கொண்டிருக்க அவள் முகத்தருகே மனோகர் சிரித்துக் கொண்டிருந்தான்.

5

போட்டோவைப் பார்த்த ரசி வியந்துபோய், 'எப்ப எடுத்தீங்க?' என்றாள்.

'பஸ்ஸில் வர்றப்ப. த்ரிபாத்தி, ஃபோட்டோ கிராஃபர்' என்று முதுகில் தட்டிக் காட்டினான். த்ரிபாத்தி அவளைப் பார்த்து 'ஹலோஜி' என்று சொல்லி, பின் ஏதோ இந்தியில் கேட்டதால் ரசி மனோகரைப் பார்த்து விழிக்க 'தமிழைத் தவிர வேற எதும் பாஷை தெரியாதா?' என்றான்.

'இங்கிலீஷ் புரிஞ்சுப்பேன். பேச வர்றதில்லை.'

'வர்றதில்லை! தமிழ் கூட அப்படி ஒண்ணும் பிரப லமா இல்லையே?'

'எனக்குத் தெரிஞ்சது ஒண்ணுதாங்க.'

'ஓட்டம்! தமிழரசி, உன்னை ஒரு ரெஸ்டாரண் டுக்குக் கூட்டிட்டு வர்றதா நூறு ரூபாய் பெட்டு வெச்சிருக்கேன். நான் நஷ்டப்படாம இருக்கறது உன் பாடு.'

'எனக்குப் புரியலீங்க.'

'இத பாரு. இன்னைக்கு என்ன கிழமை, திங்கள். இன்னிக்கு ராத்திரி என்கூட ஒரு காபி கிளப்புக்கு வர்ற, புரியுதா?'

'மாமாவைக் கேட்டுருங்க.'

'சரியாப் போச்சு. மாமாவைக் கேக்காம மூச்சாகூடப் போக மாட்டியா?'

'மூச்சான்னா?'

'மாமாவைக் கேட்டுராதே. இத பாரு தமிழரசி. ஓடறதுக்கு வெளியவும் ஒரு உலகம் இருக்குது.'

போரோமியோ முதல் படியில் நிற்க இந்திய தேசிய கீதம் தொடங்க...

'கொஞ்ச நேரம் சத்தம் போடாம இருங்க' என்றாள். மனோ காலைக் காலால் சொறிந்துகொண்டு நின்றான்.

மெல்ல வண்ணக்கொடி ஏறி கானம் முடிய, 'ரொம்பப் பெருமையா இல்லை?' என்று ஆவலுடன் கேட்டாள்.

'என்ன?'

'நம்ம கொடி பறக்கறபோது, நமக்குத் தங்க மெடல் கிடைக்கற போது.'

'ஓ, அதுவா! ஆமா. ஆமா. ரொம்பப் பெருமைதான்.'

'க்யா யார் மத்ராஸி மே பக்பக் கர்தா ஹை!' என்று த்ரிபாத்தி கேட்டுக்கொண்டே தமிழரசியை மூன்று படம் எடுத்துவிட்டான். அவள் கையில் வைத்திருந்த படத்தைக் காட்டி, 'நைஸ்?' என்றான்.

'நைஸ்' என்றாள் ரசி.

'ஸீ திஸ்!' என்று மற்றொரு போட்டோவைப் பாக்கெட்டிலிருந்து காட்டி அவளை அணைத்துக்கொள்கிறார்போலக் கிட்டே வந்தான்.

'மாமா வராங்க.' ராஜ்மோகன் வேகமாக வந்துகொண்டிருக்கும் போதே அவர்களைக் கவனித்து, 'இங்கேயும் வந்துட்டாங்களா? ஏம்பா, உங்களுக்கு வேறு வேலை இல்லையா?'

'இதுதான் சார் எங்க வேலை!'

'எது?'

'போட்டோ பிடிக்கிறது, ஆர்ட்டிக்கிள் எழுதறது.'

'ஸ்ஸாலா!' என்றான் த்ரிபாத்தி.

'என்னடா சொன்னே?'

'வெய்ட் யார்! கலர் பிரிண்ட் எடுத்து என்லார்ஜ் பண்ண எத்தனை ஆகும் தெரியுமா உங்களுக்கு?'

'போடா தேவடியா மவனே! எதுக்கு இவளைச் சுத்தறே? உனக்குக் கேக்குதுன்னா டில்லில பல இடங்கள் இருக்குது. அங்க போய்க்க!'

மனோகர் நின்று நிதானமாக அவரைப் பார்த்தான்.

'வா ரசி' என்றார்.

'தேடியானே மனே க்யா ஹை பாய்?'

'பட்டா காலி தேத்தா ஹை.'

'அச்சா? ஸுவர் கி பச்சே' என்று த்ரிபாத்தி ஆரம்பிக்க, 'ரசி, வா!' என்று ராஜ் சொல்ல, அந்த இடத்தில் சலசலப்பு ஏற்பட்டது. மனோ, 'இத பாரு மாமா, இந்தக் காரியத்துக்காக, இன்னிக்குப் பேசினதுக்காக நீ வருத்தப்படப் போறே! ரொம்ப வருத்தப்படப் போறே. உன் மாதிரி திட்ட எனக்கு எத்தினி நேரமாகும்? நாலு பாஷையில திட்டினா தாங்கிப்பியா? ஏண்டா டேய்!'

அவன் சொல்லி முடிப்பதற்குள் ரசியை இழுத்துக்கொண்டு சென்றார். 'என்ன மாமா இது, அந்தாளப் போயி இப்படியெல்லாம்...'

'பேசாம வாடி. உனக்கு ரேஸ் ஓடணுமா? பொம்பளைப் பொறுங்கிங்ககூட சவகாசம் வெச்சுக்கிட்டு சுத்தணுமா? ரேஸ் தொடங்க அரை மணி கூட இல்லை. போட்டோவை அழகு பார்த்துக்கிட்டு இருக்கியா? போட்டோக்குப் போஸ் கொடுக்கவா டெல்லிக்கு வந்த? ரூபா கொடுத்தானா? ஏதாவது வாங்கிக்கிட்டியா? அந்தப் போட்டோவைச் சரியாப் பாத்தியா? உன்னை

முத்தம் கொடுக்கறாப்பல கன்னத்துக்குப் பக்கத்திலே நிக்கிறான். அது வரைக்கும் என்ன பண்ணிக்கிட்டு இருந்த? செயிக்கறதுக் குள்ளேயே தலை நிக்காத கனமா? துடைல சூடு போட்டுடுவேன் தெரியுமில்லை? கஞுதைக்கு என் வாழ்நாளையே விரயம் பண்ணி ஓடக் கூட்டி வந்தா ஆம்பிளைங்களோட ஓடணும்ங் கறியே!'

'அய்யோ, இப்ப என்ன மாமா செய்துட்டன்? இந்த விரட்டு விரட்டறீங்க?' என்று பாதி அழுகை பாதி கோபத்துடன் நடந்து கொண்டு கேட்டாள்.

'நாய்களுக்கும் உனக்கும் என்ன வித்தியாசம்?'

ரசி அங்கேயே நின்று விட்டாள். கூட வருகிறாள் என்று சற்று தூரம் நடந்து சென்றுவிட்டு அங்கிருந்து பேசிக்கொண்டே திரும்பிப் பார்க்க இவள் நிற்பதைக் கவனித்து ஆச்சரியப்பட்டுத் திரும்பி வந்தார்.

'என்ன?'

'நான் இன்னைக்கு ஓடப் போறதில்ல மாமா. என் பேரை அடிச்சுருங்க.'

'சரி பரவாயில்லை. என் கோபம் தீர்ந்து போச்சு, வா.'

'நான் வரலை.'

'ஏன் வரலை?' நெற்றி நரம்புகள் நடமாடின.

'அவ்வளவுதான். நான் வரலை' என்று வெளியே செல்லும் கேட்டுப்பக்கம் நடக்க ஆரம்பித்தாள்.

'ஏய் ரசி, விளையாட்டுக்குதா கோவிச்சுக்கிட்டேன். இதுக்குப் போயி.'

'ஒவ்வொரு முறையும் இப்படித்தான் சொல்லுவீங்க.'

இப்போது அவர் முகத்தில் கலவரம் தெரிய, 'இத பாரு ரசி, எல்லாம் உன் நன்மைக்குத்தானே சொல்றேன். ஸ்போர்ட்ஸ்ல இருக்கறவங்களுக்கு கட்டுப்பாடு வேணும்னுதானே அப்படி யெல்லாம் நடந்துக்கறேன். நிசமாவே உங்கிட்ட கோவிக்க முடியுமா கண்ணு? நீ ரொம்ப ஸ்வீட் இல்லை? ஓட்டத்துக்கு

முன்னாடி உனக்கு எந்தவிதமான அலைச்சலும் இருக்கக் கூடாதில்லை?'

'நான் ஓடப் போறதில்லைன்னு சொன்னேனில்லை?'

'ஓடலை, உன்னை செயில்ல போட்டுருவாங்க. என்ன விளையாடறியா? சர்க்கார் எத்தனை பணம் உனக்காக செலவழிச்சிருக்காங்க? சே, சே! அதெல்லாம் பார்க்காதே, வா.'

'ஓடினாக்கூட கடைசிலதான் வரப் போறேன். செயிக்கப் போறதில்லை.'

'ஏன்?'

'எனக்கு எல்லாம் வெறுத்துப் போச்சு.'

அவர் சிரித்து, 'சரி ஓடினப்புறம் எங்கூடப் பேசவே பேசாதே, என்னைக் கன்னத்திலே அடிச்சுரு. இதப் பாரு, நீ ஓடினாப் போதும். உன்னால தோக்க முடியாது. நீ யாரு, மனுசியே இல்லே! ஒரு அபார வேக இயந்திரம்! வா கண்ணு, அதெல்லாம் அப்புறம் பார்த்துக்கலாம், பைத்தியம் மாதிரி எல்லாம் பண்ணாதே! அப்பா அம்மா எல்லாம் நீ ஓடறதைப் பார்க்கறதுக்கு டிவி பார்க்க மெட்ராஸ் வந்திருக்காங்க. அவங்கல்லாம் பார்க்கப் போறாங்க. நம்ம ரசிக்கண்ணு ஓடப் போவுது.'

'அப்பா பார்ப்பாங்களா?'

'பின்ன?'

தூரத்தில் விளையாட்டுக்காரர்களின் பகுதிக்குள் அவர்கள் மறைவதைப் பார்த்துக்கொண்டிருந்த மனோகர், 'இவனை நான் விடப் போவதில்லை. கமிட்டிக்குப் புகார் கொடுக்கப் போகிறேன்.'

'அவனைக் குரங்குத்தனமாகப் போட்டோ பிடித்திருக்கிறேன். நாளை டைம்ஸில் ஒரு செய்தி போட்டுவிடலாம். இப்போதே போய் டைப் அடித்து அனுப்பிவிடலாம்.'

'இல்லை, இவனை வேறு விதமாகக் கவனிக்கவேண்டும்.'

'எப்படி?'

'இரு, இரு, என்னை யோசிக்கவிடு.'

ஒலிபெருக்கி அடுத்த போட்டி பெண்களுக்கான நூறு மீட்டர் இறுதி ஓட்டத்தை அறிவித்தது.

'தோற்கப் போகிறாள்' என்றான் த்ரிபாத்தி.

'அவள் ஜெயிக்கவேண்டும்.'

'ஏன்? என்ன செய்யப் போகிறாய்?'

'பார்த்துக்கொண்டே இரு. அதே மாமன் என் காலில் விழுந்து 'அவளைத் திருப்பிக் கொடு' என்று கெஞ்சும்படியாகச் செய்யப் போகிறேன். இது ஒரு சவால்.'

'அடப் பாவி! கடத்திக்கொண்டு போகப் போகிறாயா?'

'இல்லை, அவளை என் பின்னால வரும்படிச் செய்யப் போகிறேன். ச்ச்ச் என்று நான் சொல்லிக்கொண்டே போக அவள் என் பின்னால் நாய்க் குட்டி போல ஓடி வரப் போகிறாள்!'

'மெஸ்மரிஸமா?'

'இல்லை வேவு!' என்றான்.

'ட்டப்!' துப்பாக்கியும் ஆரவாரமும் வெடிக்க தமிழரசி அதிர்ந்தது போல ஓடினாள். லிடியா கிடியா யாரும் கவலை இல்லை. ஓடத் தொடங்கிவிட்டால் அவள் தன்னந்தனியாகி விடுவாள். எதற்காக ஓடுகிறாள், யாரிடமிருந்து ஓடுகிறாள், யாரை நோக்கி என்று எதிலும் கவனமில்லாமல்.

ஆரம்பம் அவளுக்கு மிகவும் தோதாக அமைந்துவிட்டது. தமிழரசி, ஊ தமிலரசி என்று பல்லாயிரக்கணக்கான பேர் அவள் பெயரை உச்சரித்ததிலேயே அவளுக்குத் துடிப்பும் ரத்த ஓட்டமும் அதிகரிக்க அதுவே நூறு சதம் சுறுசுறுப்பை அதிகமாக்க, அவளுக்குப் பிடித்த நடு ட்ராக். மிக அற்புதமான ஸ்டார்ட். மாமா சொன்னதுபோல் வில்லிலிருந்து புறப்பட்ட அம்புபோல.

உடம்பு முழுவதும் மூச்சு! உடம்பு முழுவதும் ஒத்துழைத்து, கை கால்கள் எல்லாம் கனவில் பறக்கிற மாதிரி ஓடினாள். பக்கத்தில் பார்க்கவில்லை, எப்போது ஓடி முடித்தாள், எப்போது தரையில் மடங்கி விழுந்தாள், எப்போது மாமா வந்து அவளை ஏந்திக் கொண்டார், எப்போது அவர்கள் சூழ்ந்து கொண்டார்கள் என்றே

தெரியாமல் சற்று நேரம் கண் இருண்டது. 'ரசி! யூ மேட் இட்! யூ மேடிட் கண்ணு.'

'ஹெத்தினி செகண்ட் ஹஹஹஹ...'

'பதினொண்ணு பாயிண்ட் நாலு. ரசி. நீ ஆரம்பிக்கச்சே தெரியும் கண்ணு எனக்கு, நீ செயிக்கப் போறேன்னு. அப்படியே புல்லட் மாதிரி கிளம்பின. பறந்த கண்ணு நீ! பூமியில் காலே பதியில. ஓவர்க்ராப்ட் மாதிரி பறந்த! ரசி! செயிச்சுட்ட ரசி! பதினோரு வயசிலே உன்னை முதக்கா பார்த்ததுமே உனக்கு இந்தக் கணம் தீர்மானமாயிடுச்சு ரசி! ரசி! இதப் பாரு உன் மாமனை. உன்னை, உன்னை ஜெயிக்க வெச்ச மாமனை.'

மாமா பனியனால் தன் கண்களைத் துடைத்துக்கொண்டு அழுது கொண்டே சிரித்துக்கொண்டிருந்தார். கீழே உட்கார்ந்திருந்த ரசியைப் பளிச் பளிச்சென்று பல கேமராக் கண்கள் பார்க்க, 'எடுங்கடா இப்ப, தாராளமாப் படம் எடுங்க! இத பார்றா, இது என் குழந்தை, அதை நான் தூக்கி வெச்சுக்கறேன். எடுங்கடா படம்! எடுங்கடா!'

ஓரத்தில் த்ரிபாத்தின் தோள்மேல் சாய்ந்துகொண்டு மனோ இந்தக் கலகலப்பை அலட்சியமாக வேடிக்கை பார்த்துக் கொண்டிருந்தான்.

'சோக்ரி ஜீத் கயி' என்றான் த்ரிபாத்தி.

'இனிமேல்தான் இருக்கிறது' என்றான் மனோ.

6

தமிழரசிக்கு எல்லாமே குழப்பமாக இருந்தது. தன்னைச் சுற்றிலும் ஏகப்பட்ட பேர் சூழ்ந்துகொண்டு கை குலுக்குவதும் போட்டோ ஃப்ளாஷ்கள் பளிச்சிடுவதும் ஓரத்தில் அவ்வப்போது மாமா மெலிதான புன்னகை என்று சொல்லக்கூடிய ஏதோ ஒன்றுடன் அவ்வப்போது தெரிவதும்…

'டமிலரசி! டமிலரசி! ஹௌ டு யூ ஃபீல் பியிங் தி ஃபாஸ்டஸ்ட் கர்ள் இன் ஏஷியா?'

அவள் முன் மைக் நிறுத்தப்பட்டது. ஏதாவது சொல்ல வேண்டும். அவர்கள் காத்திருக்கிறார்கள்.

'மை கோச்! மை கோச்!' என்றாள். 'ராஜ்மோகன் மை கோச்!'

'வாட் ஆர் யுவர் ஃப்யூச்சர் ப்ளான்ஸ் டமிலரசி?'

'ஆர் யூ மாரிட்.'

'வாட்ஸ் யூர் ஹாபி?'

'வாட்ஸ் யூர் வெய்ட்?'

எல்லாவற்றுக்கும் பதில், கண்ணீர் கலந்த சிரிப்புத்தான்.

சற்றே தடுமாறிக்கொண்டு முதல் எண்ணுக்குரிய மேடையில் ஏறிக்கொண்டு நிற்க தேசிய கீதம் ஒலிக்க மெல்ல மெல்ல மூவண்ணம் மேலேறும்போது அவள் கன்னங்களில் கண்ணீர் உருண்டது. 'அப்பா பார்த்துக்கிட்டு இருப்பீங்களாப்பா. என்னைக் கல்யாணம் பண்ணி பெட்டவாத்தலைக்கு அனுப்ச்சிர இருந்தீங்களேப்பா. பார்த்துக்கிட்டு இருங்கீங்களா?'

என்ன சொல்லுவாங்க! 'த பார்றா எம் பொண்ணு மெடல் வாங்கிக்கரா பார்றா.'

'எம் பொண்ணு! நான் அப்பவே சொன்னேன். இது ஒரு நா இல்லாட்டி ஒரு நா ஜெகத்தையே ஜெயிக்கப் போவுதுன்னு...'

முதல் பரிசு இந்தியாவைச் சேர்ந்த தமிழரசி என்று ஒலி பெருக்கி ஒலித்தபோது, 'இவர்தான் ராஜீவ் காந்தியா, நல்ல சிவப்பாக இருக்கிறார். என்னைப் பார்த்து லேசாகச் சிரிக்கிறார். எனக்கு மாலை போடுகிறார். எத்தனை மின்னல்கள், திரைப்பட கேமரா, டெலிவிஷன்... மாமா எங்கே?' இப்போது அவள் தாற்காலிக மாக மாமாவிடமிருந்தும் விடுதலை பெற்றுவிட்டவள் போலத் தான் தோன்றியது. அவரை எங்கும் காணோம். அவளை அதிகாரி களும் பத்திரிகைக்காரர்களும் சூழ்ந்துகொள்ள அவளுக்குச் சற்று ஆறுதலாகவும் பயமாகவும் இருந்தது. மாமாவைத் தனியாகப் பார்த்து தாங்க்ஸ் சொல்ல வேண்டும். எப்போது என்று தெரிய வில்லை. தன்னால் கட்டுப்படுத்த முடியாத அலையில் அவள் அடித்துக்கொண்டு செல்லப்பட்டதுபோல் உணர்ந்தாள். மேடையை விட்டு இறங்குமுன் இரண்டாம் ஸ்தானத்தில் நின்று கொண்டிருந்த லிடியாவின் கையைக் குலுக்கினாள். அந்த இளம் பெண் தோற்றுப் போனதற்குக் கண்ணீர் வைத்திருந்தாள். வினோதமாக இருந்தது. ஜெயித்ததற்கும் கண்ணீர், தோற்ற தற்கும் கண்ணீர்! அவளைப் பார்க்கப் பாவமாக இருந்தது. வெற்றி மேடையிலிருந்து கீழே இறங்கினதும் அவள் மீண்டும் செலுத்தப்பட்டாள். படம் படம் என்று பிடித்துக்கொண்டே இருந்தார்கள். எத்தனை தரம்தான் வெள்ளை மின்னல் அடிக்கும்? தன் பொருட்டு நாற்பதாயிரம் பேர் ஆரவாரம் செய்து தன்னை நோக்கிப் புன்னகையுடன் கையசைப்பதும், தான் நடக்கும்போது தன் ஒவ்வொரு அடியையும் அவர்கள் அழுத்தமிட்டுக் காட்டு வது போலக் கைதட்டுவதும் அவளுக்குப் புல்லரிக்கும்

கணங்களாக இருந்தன. இங்கிருந்து அதுவரை விரைவாக ஓடியதற்கு இத்தனை தடபுடல். 'தமிழரசி, நான் ஒரு ஸ்போர்ட்ஸ் கம்பெனியில் இருந்து வர்றேன்! தமிழரசி, தூர்தர்ஸன்க்கு ஒரு இன்டர்வியூ! மிஸ், ஐம் ஃப்ரம் ஸ்போர்ட்ஸ் இல்லஸ்ட் ரேட்டட்!' யாரையும் கவனிக்காமல் 'மாமா எங்கே?'

மெல்ல டிரஸ்ஸிங் ரூமின் நிழலை நோக்கி நகருகையில் மாமா ஓரத்தில் நிற்பதைப் பார்த்தாள். கூட்டத்தைக் கிழித்துக்கொண்டு அவரை நோக்கி ஓடினாள்.

'மாமா ஜெயிச்சுட்டேன்!'

'ஜெயிச்சுட்டியா கண்ணு! குட்!'

'நல்லா ஓடினேனா மாமா?'

'பரவால்லை. மத்தவ செரியா ஓடலை, அதான் ஜெயிச்சன்னு சொல்லலாம்.'

'மிஸ்டர் ராஜ். வாட் ஆர் ஹர் ப்ளான்ஸ்?'

'ஒலிம்பிக்ஸ் அஃப்கோர்ஸ்!'

'ஹாஸ் ஷி டன் தி ஹன்ட்ரட் மீட்டர்ஸ் இன் அண்டர் லெவன் செகண்ட்ஸ்?'

'ஷி இஸ் கோயிங் டு டு இட் அண்டர் டென்! வாட்ச் ஹர்!'

'யூ திங் ஸோ?'

'இவங்கள்ளாம் என்ன என்னமோ கேக்கறாங்க மாமா. எனக்குப் பிரமிப்பா இருக்கு. நீங்கதான் எனக்கு எல்லாம் செஞ்சீங்கன்னு இங்கிலீஷ்ல செரியாச் சொல்லத் தெரியலை. நீங்க சொல்லிடுங் களேன்! இங்க போட்டோக்காரங்க இல்லைன்னு உங்களைக் கட்டி முத்தம் கொடுத்திருப்பேன் மாமா. அவ்வளவு சந்தோஷம்! மாமா. மன்னிச்சுக்குங்க. உங்ககிட்டே கொஞ்சம் வேகமா இருந்துட்டேன். நீங்க எனக்கு நல்லதுதான் சொல்லியிருக்கீங்க. கட்டுப்பாடா இருந்தது எல்லாம் எனக்கு வெற்றி தரத்துக்குத்தான் செய்திருக்கீங்க. எப்படி உங்களுக்கு நன்றி சொல்றதுன்னு திணறிக்கிட்டு இருக்கேன் மாமா?'

'அதெல்லாம் வேண்டாம், நீயும் நானும் ஒண்ணு!'

உங்ககிட்ட கோவிச்சுக்கிட்டது தப்பு மாமா, பைத்தியக்காரி நான்.'

'இல்லை கண்ணு. என் பேர்லயும் தப்பு. நான் உன்கிட்ட அளவுக்கு அதிகமாகவே முறைப்பா இருந்துட்டேன். சொல்லக் கூடாத வார்த்தைகள் எல்லாம் சொல்லிட்டேன். அதுக்கெல்லாம் அவசியம் இல்லை. என் ரசி அந்த மாதிரிப் பொண்ணு இல்லைங் கிறது தெரிஞ்சும் தகாதபடி திட்டிட்டேன். அதுக்காக நான்தான் வருத்தப்படணும். வாம்மா. இனி கொஞ்ச நாளைக்காவது நீ அவங்களுக்காகச் சில காரியங்கள் செய்தே ஆகணும்.'

'அவங்களா?'

'பத்திரிகைக்காரங்க, சினிமா, டெலிவிஷன், ஏஷியன் கேம்ஸ் ஏற்பாடு செய்தவங்க. இனி கூட்டம் எல்லாம் கலையற வரைக்கும் நீ பொதுவுடைமை! தேசியச் சொத்து!'

'எனக்கு அதெல்லாம் ஒண்ணும் தெரியாது மாமா!'

'எல்லாத்தையும் சமாளிக்கலாம் ரசி. உனக்குப் புகழ் வந்திருச்சு!'

'அப்பா எல்லாம் பாத்திருப்பாங்க இல்லை?'

'கடிதம் எழுதியிருக்கேன். உங்கப்பனுக்கு அவ்வளவு இண்டரஸ்ட் இருக்குமான்னு தெரியலை.'

'கங்ராஜுலேஷன்ஸ் தமிழரசி!' என்று மனோகர் சற்றுக் கூட்டம் விலகியதும் அவள் கையைப் பற்றிக் குலுக்க வந்தான். ரசி தன் மாமாவைப் பார்க்க, 'கை குலுக்கு. ஒண்ணும் ஆயிடாது' என்றார்.

'எங்க மாமாதான் எல்லாத்துக்கும் காரணம்.'

'அது சரிதான், ஓடினது நீதானே!'

'எப்படி ஓடறதுன்னு அவர்தான் சொல்லித் தந்தாரு.'

'நிறைய குரு பக்தி! எனிவே, கங்ராஜுலேஷன்ஸ் மிஸ்டர் ராஜ்மோகன். இது உங்களுடைய சொந்த வெற்றி. நீங்க நம்ம தேசத்துக்கே பெருமை தேடித் தந்திருக்கிங்க. அதுக்காக உங்களைப் பாராட்டித்தான் ஆகணும்' என்று மாமாவின் கையைப் பற்றி அழுத்தமாகக் குலுக்கி, 'இப்ப ரெண்டு பேரையும் சேர்த்து வைச்சு ஒரு போட்டோ எடுக்கலாமா?'

‘தாராளமாக!’ என்று புன்னகைத்தார் ராஜ்.

தமிழரசியைத் தோளில் அணைத்துக்கொண்டு போட்டோ எடுத்துக் கொண்டபோது, ‘பெரிசாப் போடுங்க!’ என்றாள் தமிழரசி. த்ரிபாத்தி கிளிக் கிளிக் என்று படபடத்தான்.

‘சார், ஒரு ரிக்வெஸ்ட்! ஒலிம்பிக்ஸுக்கு இன்னும் நிறைய நாட்கள் இருக்கிறதாலே உங்க தமிழரசிக்கு எங்க ஸ்போர்ட்ஸ் ரைட்டர்ஸ் சார்பில் சின்னதா ஒரு டின்னர் பார்ட்டி கொடுக் கலாம்னு உத்தேசம். நீங்களும் கட்டாயம் வரணும்.’

‘எப்ப?’

‘இன்னிக்கு ராத்திரி வந்தீங்கன்னா எங்களுக்கெல்லாம் ரொம்பப் பெருமையா இருக்கும்.’

ராஜ் ரசியைப் பார்க்க, அவள், ‘வேண்டாம்!’ என்றாள் கண்களால்.

‘சரி, வர்றம், ராத்திரி எத்தனை மணிக்கு?’

‘ஏழரைக்கு ரெடியா இருங்க. நான் வண்டி கொண்டாந்து அழைச்சுட்டுப் போறேன். த்ரிபாத்தி, கம்!’ என்றான். சட்டென்று இருவரும் புறப்பட்டனர்.

‘என்ன மாமா! அந்தாள் சகவாசம் வேண்டாம்னா!’

‘இல்லை ரசி. நம் பேரிலதான் தப்பு. அவங்கள்ளாம் ஹார்ம்லஸ். நல்ல எண்ணத்தில்தான், உனக்குக் கிடைச்ச அந்தஸ்துக்கு ஒருவிதமான மரியாதையாத்தான் இதெல்லாம் ஏற்பாடு செய்ய றாங்க. மேலும் ஒண்ணு ரெண்டு நாளைக்கு உனக்குக் கொஞ்சம் ரெஸ்ட் தேவை. இந்த மாதிரி லைட்டான விஷயங்களில் டைவர்ட் ஆறதும் நல்லதுதான். ப்ராக்டிஸ் வேண்டாம். எனக்கே அந்த மாதிரி ரிலாக்ஸேஷன் தேவையாய் இருக்குது. உன் ஸ்டார்ட்டைப் பார்த்த உடனே எனக்குத் தெரிஞ்சு போச்சு ரசி. நீதான் இன்னிக்குன்னு. அதுவரைக்கும் நகம் பூராவையும் கடிச்சே தீர்த்துட்டேன் பாரு!’

அந்த கைகளை வாங்கிக்கொண்டு அதை அன்பாக அழுத்தினாள். அதை நனைந்திருந்த கன்னத்தில் ஒற்றிக்கொண்டாள்.

‘கண்ணு! இந்த மாதிரி எல்லாம் இன்னும் ஒருமுறை செஞ்சே, நானே அழுதுருவேன்’ என்றார்.

தமிழரசி தமிழரசி என்று அவள் நடக்கும்போதெல்லாம் யாரோ கூப்பிட்டுக்கொண்டே இருக்க, கைகளை சிலர் குலுக்கிக் கொண்டே இருக்க, தூரத்தில் தெரிந்தவர்கள் எல்லோரும் அவளை நோக்கிக் கையசைக்க, சந்தோஷ வெள்ளத்தில் நிழலுக்கு வந்தாள்.

மாமா அவளருகில் நாற்காலி போட்டுக்கொண்டு உட்கார்ந்து அவள் கால்களைத் துடைத்துவிட்டார். 'ஆசியாவிலேயே வேகமான காலு.'

'பத்து பாயிண்ட் எட்டு செய்துரலாம் மாமா!'

'செய்துரலாம், செய்துரலாம்.'

'பத்து ஒம்பது செய்திருக்கேனே பங்களூர்ல!'

'அது ஒம்பது இல்லை! ஸ்டாப் வாட்ச் தப்புன்னு நினைப்பு. இதப் பாரு எனக்கு ஸ்டாப் வாட்ச் ஏதும் வேண்டாம். நீ ஓடறதைப் பார்த்தாலே டைமிங் என்னன்னு சொல்லிருவேன். என் ரத்தத்திலே நுட்பமான பதினோரு செகண்ட் கடிகாரம் ஊறிக் கிடக்கு! ரசி, உன்னை உங்கப்பன்கிட்ட இருந்து வாங்கிட்டு வந்துட்டன்னு சொன்னே இல்லை! எதுக்கு வாங்கி வந்தேன்னு இப்ப தெரியுதா?'

'மாமா, எப்பவோ கோபத்திலே சொல்லிட்டன் மாமா.'

'ஓட்டக்காரங்களுக்கு கோபம் வரவே கூடாது. கோபம் வர்ற மாதிரி சுத்துப்பட்டவங்க செய்யவும் கூடாது. இன்னிக்கு நீ ஓடின மனப்பாங்கு செரியாவே இல்லை. இந்த மாதிரி சண்டையே வந்திருக்கக் கூடாது. உனக்குப் போட்டி சரியாகவே இல்லை. அதனாலேதான் ஜெயிச்ச. உன்னை நான் கட்டுப்பெட்டியா வச்சிருந்தது ஒரு விதத்திலே நல்லது! ஒரு விதத்திலே தப்பும்கூட. வெளி உலகம்னா என்னன்னு தெரியாம வளர்ந்துட்டே. ஓட்டத்தைத் தவிர எதுவுமே தெரியலை உனக்கு. இந்த மாதிரி இருக்கிறது சைக்கலாஜிக்கலா நல்லது இல்லை...'

'சைனாக்காரங்க அப்படித்தானே இருக்காங்க.'

'சைனாக்காரங்களைப் பத்தி நமக்கு எதும் தெரியாது. அவங்கள் லாம் மெசினுங்க.'

‘நானும் ஓடற மெசினாவே உங்ககூட இருக்கேன் மாமா.’

‘இல்லை ரசி. நான் உன்னை ட்ரீட் பண்றது நல்லாவே இல்லைன்னு உள்மனசு சொல்லுது. இன்னிக்கு நான் அந்தப் பார்ட்டிக்கு வரலை, தனியாப் போயிட்டு வா.’

‘அய்யோ, நீங்க இல்லாம நான் எங்கேயும் போகமாட்டேன்.’

‘இல்லை ரசி. கொஞ்சம் மத்தவங்களையும் நீ பரிச்சயம் பண்ணிக்கயேன். என்ன ஆவுது பார்க்கலாம். அது உனக்கு இந்தக் கூட்டத்திலே தேவைன்னுதான் தோணுது. பயப் படாதே. அந்தப் பையன் உன்னை அடைகாப்பான். நான் சொல்றேன் அவன்கிட்ட.’

‘நீங்க வரமாட்டீங்களா மாமா?’

‘இன்னிக்கு இல்லை, இன்னிக்கு உன் வேளை.’

ராத்திரி ஏஷியாட் கிராமத்துக்கு அவளை அழைத்துப் போக வந்திருந்த மனோகர், ‘வணக்கம்! தமிழரசி எங்கே?’

‘நான்தான் தமிழரசி?’

‘மை காட்! நீயா! என்னது ஸாரியெல்லாம்?’

‘வீட்டிலே இதுதான் கட்டிக்கிறது. ஓட்டத்துக்குத்தானே கால் சராய் எல்லாம்?’

‘மெய்யாச் சொன்னா ஸாரி நல்லால்லை உனக்கு. பரவாயில்லை. உன் இஷ்டம், எங்கே மாமா?’

‘அவர் வரலை. என்னைத் தனியாப் போன்னு சொல்லிட்டாரு!’

‘என்ன, இன்னிக்கு எல்லாமே வேற மாதிரி இருக்குது. நிசமா. நீ, அதாவது தமிழரசி, எங்கூட தனியா...’

ராஜ் உள்ளே நுழைந்து, ‘ஆமாப்பா, எம் பொண்ணைக் கொஞ்சம் சாக்கிரதையா அழைச்சிட்டுப் போயி பத்திரமா வீடு கொண்டு வந்து சேர்க்கரது உம் பொறுப்பு.’

‘ஏன் சார் நீங்க வரலையா?’

‘உங்க உலகத்திலே நான் ஒரு அன்னியன்னு தோணுது. மேலும் இவளுக்கும் கொஞ்சம் தனியாப் போய்ப் பழக்கப்படணும்னு என் அபிப்பிராயம்.’

‘உத்தமம்! கவலையே படாதீங்க. நான் எல்லாம் கவனிச்சுக் கறேன்!’ என்று தமிழரசியைப் பார்த்துக் கண்ணிமைத்தான்.

7

தமிழரசி இந்த மாதிரியெல்லாம் இந்தியாவில் எல்லாம் இருக்கா என்று ஆச்சரியப்பட்டாள். கண்ணாடிக் கதவைத் திறக்கவென்று ஆஜானு பாகுவாக மார்பில் சோழ ராஜா போல பட்டயம் அணிந்த சர்தார்ஜியின் மீசையின் திருகலைப் பார்த்துப் பிரமித்தாள். மேலே பார்த்தால் கொத்துக் கொத்தாக விளக்குகள், மஞ்சளும் பச்சையும் சில்க்கும் அணிந்து தலைமயிர் ததும்பும் பெண்ணின் வரவேற்பு. மௌனமாக எண்ணெய்ச் சக்கரங்களில் போல் உலவும் வெயிட்டர். நோட்டுப் புத்தகத்தில் அவர்கள் ஆர்டரை ஏற்க வந்திருக்கும் கழுத்தில் பட்டாம் பூச்சி அணிந்த இளைஞன். எதிர் எதிரே இருவரும் உட்கார, த்ரிபாத்தியின் கண்கள் பக்க வாட்டில் திரும்பி சுற்றிலும் பெண்களைத் தேடின.

'எங்க மத்த பேரெல்லாம்?' என்றாள்.

'மத்த பேருன்னா?'

'எல்லாருமாச் சேர்ந்து பார்ட்டி கொடுக்கறதாச் சொன்னீங்களே?'

'அது சும்மா பாவ்லா. நானு, நீ, த்ரிபாத்தி மூணு பேரும்தான். இல்லைன்னா உங்க மாமா விடமாட்டாருன்னு யோசிச்சுப் பொய் சொன்னேன்.'

'ரொம்ப மோசங்க நீங்க. ஏன் எல்லோரும் என்னையே பாக்கறாங்க.'

'டிவில உன்னைப் பார்த்திருப்பாங்க. அடையாளம் கண்டு பிடிச்சிருப்பாங்க.'

'ஸாரில கூடவா?'

'உயரமும் தாடையும் காட்டிக் கொடுத்துருது இல்லை?'

ஆர்டர் வாங்கும் இளைஞன் அருகே வர, 'டு யூ ஸர்வ் ட்ரிங்ஸ்?' என்றான் த்ரிபாத்தி.

'சார், சார், நாட் பர்மிட்டட், என்றான் பிபிசி ஆங்கில உச்சரிப்பில்.

'ஓ.கே. கிவ் அஸ் திரீ லெமனேட்ஸ்' என்றான்.

தமிழரசி அண்ணாந்து எங்கிருந்து சங்கீதம் கசிகிறது என்று பார்த்தாள். இங்கிலீஷ் பாட்டு உறுத்தாமல் அசரீரி போல் கேட்டுக் கொண்டிருந்தது. கொஞ்சம் தள்ளி மேடை அமைத்து ஸ்பாட் லைட்டும் யமாஹா ஆர்கனும் கித்தாரும் இளைப்பாறிக் கொண்டிருந்தன. த்ரிபாத்தி பாக்கெட்டிலிருந்து சின்னதாக ஒரு பாட்டிலை எடுத்துத் திருகி கைக்குள் மறைத்துக்கொண்டான்.

'என்னங்க அது?'

'அவனைக் கண்டுக்காதீங்க, ஏதாவது சாப்பிடுவான்.'

'ஜின், டியர் லேடி!' என்றான் த்ரிபாத்தி. 'யூ லைக் டு ஹாவ் ஸம் ஜின்?'

'என்ன சொல்றாரு? ஜின்னுன்னா, மயக்கம் வரும் இல்லை?'

'மயக்கம்? மயக்கம்! க்யா ஹை?'

'நஷா.'

'நோ மயக்கம்! இட் வில் பி வெரி குட்.'

'சொல்லுங்க' என்றான் மனோ.

'என்ன சொல்லணும்?'

'ஜெயிச்சது எப்படி இருக்குது?'

'எல்லாத்துக்கும்...'

'உங்க மாமாதான் காரணம். சொல்லிட்டீங்க. வேற ஏதாவது ஒரிஜினலா இருக்கா?'

'எனக்குப் பேசத் தெரியாதுங்க.'

'ஓடத்தான் தெரியும். அதையும் சொல்லியாச்சு.'

த்ரிபாத்தி ஜிலுஜிலு என்று பக்கத்தில் வாசனையாகச் சென்ற பெண்ணைப் பார்த்து, 'ஹிய்யா ஸ்வீட் ஹார்ட்' என்றான்.

அந்தப் பெண் அவனைப் பார்த்து மென்றுகொண்டே, 'ஹாய்!' என்றாள்.

'ஜாய்ன் மி ஃபர் எ ட்ரிங்.'

'லேட்டர் லாடி' என்றாள்.

அவள் போகும்போது அவளை முழுக்கப் பார்வையால் வருடி, 'ஹாய், ஹாய், காலிப் சொன்னார்: 'இந்த கூந்தல் நிழலில் ஒரு கணம் இளைப்பாற என் வாழ்நாளையே அர்ப்பணிக்கிறேன்.'

'ஏய் த்ரிபாத்தி! சும்மா புளுகாதே. காலிப் அப்படிச் சொன்னாரா?'

'கவிதையின் ஊற்று ஒன்றுதானே...காதல் இதயம்' என்றான்.

சொல்வது புரியாமல் வேடிக்கை பார்த்துக்கொண்டிருக்க, லெமனேட் வந்தது. அதன் விளிம்பில் அழகாக ஓர் எலுமிச்சம் பழச் சீவல் செருகியிருந்தது. த்ரிபாத்தி கைக்குள் அடக்கமாக வைத்திருந்த பாட்டிலிலிருந்து தண்ணீர்போல் இருந்த திரவத்தைச் சேர்த்துக்கொண்டு, 'ஹௌ எபவுட் யூ!' என்றான். அவள் பார்த்துக்கொண்டிருக்கும்போதே கொஞ்சம் ஊற்றினான்.

'ஏய்! ஏய்! என்று மனோகர் அதட்ட -

'அபே! சுப்' என்றான்.

'என்ன ஊத்தியிருக்காரு?'

'சாப்பிட்டுப் பாரேன்' என்றான் மனோ.

தமிழரசி ஜாக்கிரதையாக அதை உறிஞ்சிப் பார்த்தாள். 'எலுமிச்சம் பழ ரசம்தானே?' என்றாள்.

'ஹான். ஹான், எல்மிச்சாம் பஸாபஸா!' என்றான் த்ரிபாத்தி.

மனோ ஆர்டர் கொடுக்க, இளைஞன் அதை மரியாதையுடன் நோட்டுப் புத்தகத்தில் குறித்துக்கொள்ள, தமிழரசி மறுபடி ஒரு விழுங்கு விழுங்கினாள்.

'ஈஸி, ஈஸி! நாட் தட் ஃபாஸ்ட்' என்றான் த்ரிபாத்தி. தமிழரசி எதிரே பார்த்தாள். இரண்டு இளைஞர்கள் பின்பக்கத்திலிருந்து கதவைத் திறந்துகொண்டு வந்து வாத்தியங்களை எடுத்து முறுக்கினார்கள். கருப்பு, வெல்வட் கவுன் அணிந்த ஏறக்குறைய வெள்ளைக்காரி ஒருத்தி வந்து மைக்கைப் பொறுக்கி, 'ஹலோ செக்' என்றாள்.

அவர்கள் மேசைமேல் அழகான பீங்கான் தட்டுகளும் தேவைக்கு அதிகமான முள் கரண்டிகளும் ஸ்பூன்களும் வைக்கப்பட்டன. த்ரிபாத்தி ஸ்பூன் ஒன்றை ஆராய்ந்து பாண்ட் பைக்குள் போட்டுக் கொண்டான்.

'அய்யோ, ஸ்பூன் திருடறாரு!'

'பெரிய ஓட்டல்ல போனா ஏதாவது ஒன்று ஞாபகத்துக்கு அவனுக்கு எடுத்துட்டு வந்தே ஆகணும்.'

த்ரிபாத்தி மார்பில் நிறையத் திறந்திருந்த அந்தப் பெண்ணை நோக்கிக் கையாட்டிச் சிரித்தான். அவள் பதிலுக்குப் பளீர் என்று சிரித்துவிட்டுப் பாட்டு பாடினாள்.

'என்ன ஆர்டர் பண்ணியிருக்கீங்க?'

'தந்தூரி சிக்கன். சாப்பிடுவே இல்லை?'

'இந்தக் கரண்டி எல்லாம் எனக்கு உபயோகிக்கத் தெரியாது.'

'பரவாயில்லை. விரல் எதுக்குக் கொடுத்திருக்காரு கடவுள்? நிமித்து! த்ரிபாத்தி நோ...'

த்ரிபாத்தி அவள் டம்ளரில் அந்தத் திரவத்தை ஊற்றினான்.

'சோடோ யார்!'

தமிழரசி இதைக் கவனிக்காமல் அந்தப் பெண் அவ்வப்போது உடம்பைத் தாளத்துக்கேற்ப வெட்டி வெட்டிப் பாடுவதைக் கவனித்துக்கொண்டிருந்தாள்.

'இவளுக்கு என்ன சம்பளம் இருக்கும்?'

'தினத்துக்கு ஒரு தந்தூரி சிக்கன்.'

'அவ்ளவ்தானா!'

'உனக்கு ஜோக்குன்னா என்னன்னே தெரியாதா?'

'உங்களுக்குச் சொந்த ஊர் எது?'

'மெட்ராஸ். ஆனா அதைவிட்டு வந்து சுமார் பத்து வருஷம் ஆச்சு.'

'அதுக்கப்புறம் எங்க இருந்தீங்க?'

'சந்திகர், கல்கத்தா, இப்ப டில்லி.'

'கூடப்பிறந்தவங்க எத்தனை பேரு?'

'ரெண்டு அண்ணன். ஒருத்தர் இங்கேயே இருக்காரு. நான் பார்த்து மூணு வருஷம் ஆச்சு.'

'அப்படியா? ஆச்சரியமா இருக்கே! சண்டையா?'

'இல்லை, அவர் கவர்மெண்டில் பெரிய ஆபீசரு. என்னைக் கண்டா கொஞ்சம் வெட்கப்படுவாரு. என்னை விடு, உன்னைப் பத்தி பேசலாம். உனக்குச் சொந்த ஊர் எது?'

'சீரங்கம், திருச்சி ஜில்லா.'

'கூடப் பிறந்தவங்க?'

'நாலு அக்காங்க. நான்தான் கடைசி. அஞ்சாவது.'

'படிச்சதுகூட அவ்வளவுதானா?'

அவனை முறைத்தாள்.

'ஸாரி, விளையாட்டுக்குக் கேட்டேன்.'

'எஸ்.எஸ்.எல்.சி. வரை படிச்சேன். தமிழ் மீடியம். அதனால இங்கிலீஷ் பேச வராது. புரிஞ்சுப்பேன்.'

'எஸ்.எஸ்.எல்.சி. பாஸ் பண்ணினியா?'

'இல்லை, அதுக்குள்ள மாமா அழைச்சிட்டு வந்துட்டாரு. அப்புறம் ஸ்போர்ட்ஸ் ஸ்கூல்ல சேர்ந்தேன். முதலில் லாங் டிஸ்டன்ஸ் ஓடத்தான் பயிற்சி செய்தேன். ஸ்பிரிண்ட் இவண்ட் ஸுக்குச் சமீபத்திலருந்துதான்... பாட்டை முடிச்சுட்டாங்க. யாருமே கை தட்ட மாட்டேங்கறாங்க. பாவம் இல்லை?'

'பாடகன் மைக்கை வாங்கிக்கொண்டு மீட்டி மெல்லப் பாட, அந்தப் பெண் காசு போட்ட வளையம் போல இருந்த வாத்தியத்தை அவ்வப்போது தொடையில் தட்ட -

'இமாஜின்... எனக்குப் பிடிச்ச பாட்டு.'

'இந்தப் பாட்டெல்லாம் புரியுமா உங்களுக்கு?'

'புரியும், ஜான் லென்னன் பாட்டு. ஜான் லென்னன் யாரு தெரியுமா?'

'ம்ஹூம்.'

'பாடகன், செத்துப் போய்ட்டான். அவனை ரொம்ப நேசிச்ச அவன் விசிறி ஒருத்தனே அவனைச் சுட்டுக் கொன்னுட்டான்.

'அய்யோ!'

'பிரபலமா இருக்கிறதுக்குப் பல அபாயங்கள் இருக்கு தெரியுமா! பிரபலத்துக்கு நிறையத் தியாகங்கள் செய்யணும்.'

    'Imagine no possessions
    I wonder if you can
    No need for greed or hunger
    A brotherhood of man
    Imagine all the people
    Sharing all the world

you may say that I'm a dreamer
But I'm not the only one
I Hope someday you'll join us
And the world will live as one'

அவன் குரல் மெல்லியதாக அழகாக இருந்தது. த்ரிபாத்தி மறுமுறை ஊற்றியிருந்ததை அவள் மதிக்கவில்லை. லேசாக ஒருவிதமான கிறக்கம் ஏற்பட்டது. அந்தப் பானம் அவளுக்குப் பிடித்திருந்தது. செக்கச்செவேல் என்று மசாலாவில் மிதந்து கொண்டு சிக்கன் வந்தது. அதை இரண்டு கையாலும் ஏந்திக் கடித்துச் சாப்பிட்டாள். த்ரிபாத்தி உள்ளே சென்று அந்தப் பாடகியை விசாரிக்கப் போய்விட்டான். தமிழரசி தன்னையே அந்த மனோகர் பார்த்துக்கொண்டிருப்பதைக் கவனித்தாள். 'ரசி! இப்ப நீ கொஞ்சம் அழகாவே இருக்க.'

'இப்பன்னா?'

'கண்ணில் லேசா மயக்கம் இருக்கிறபோது.'

'அ ஆங்! ஏன் அது?'

'கையைக் காமி' என்றான். அவள் கையை ரேகை பார்ப்பது போல வாங்கிக்கொண்டான். 'இன்னும் ஸாஃப்டாகத்தான் இருக்குது. அந்தப் பாட்டு என்ன சொல்லுது தெரியுமா ரசி?'

'என்ன?'

'சொத்தே இல்லைன்னு கற்பனை பண்ணிக்க.

பசியோ பேராசையோ ஏதும் இல்லைன்னு...

எல்லோரும் இந்த உலகத்தைப் பகிர்ந்து வாழறாங்கன்னு எண்ணிக்க...

என்னை நீ கனவு காண்றவன்னு நினைச்சுக்கலாம்...

ஆனா நான் ஒருத்தன் மட்டும் இல்லை.

ஒருநாள் நீயும் எங்ககூட சேருவேன்னு எனக்கு நம்பிக்கை இருக்குது...'

'உங்க கூடவா?'

'ஜான் லென்னன்கூட! ரசி, இதப் பாரு, ஓட்டத்தைத் தவிர சில அற்புதமான விஷயங்கள்ளாம் இருக்கு. உனக்குக் காட்டட்டுமா?'

'எனக்கு எதுவும் சரியாவே புரியலீங்க. இப்ப எங்க திரிதி... அவர் பேர் என்ன?'

'த்ரிபாத்தி!'

'தமாஷ்ங்க அந்த ஆளு. அந்தப் பாட்டிலை எடுத்துட்டுப் போயிட்டாரா? இன்னும் கொஞ்சம் வேணுமே?'

'ம்ஹூம்! கிடையாது. வா உங்க மாமாகிட்ட திரும்பிப் போகணும்.'

ரசி மயக்கத்தில் பேசினாள். 'எங்க மாமாகிட்ட அனுப்பிராதீங்க ப்ளீஸ். அவர்கிட்ட என்னை அனுப்பிராதீங்க! ப்ளீஸ்... ப்ளீஸ். உங்களைக் கெஞ்சிக் கேட்டுக்கறேன். என்னை அழைச்சிட்டுப் போயிருங்க, இப்பவே வேண்டாங்க... நாளைக்கு இல்லை நாளான்னைக்கு ஓடறங்க... இன்னிக்கு வேண்டாங்க... வேண் டாங்க' என்றாள்.

'என் கூட வந்துருவியா?' என்றான் மனோ.

8

தமிழரசி எழுந்திருக்கும்போது தடுமாறினாள். மனோ அவளைத் தாங்கிப் பிடித்து, 'ஈஸி ஈஸி' என்றான். மற்றப் பேர் அவர்களைப் பார்ப்பதை ரசி மதித்ததாகத் தெரியவில்லை. 'எங்கே அவரு? திரி, என்ன திரி? அவரு... அவரு எங்கே?'

'எதுக்கு?'

'எனக்கு இன்னும் கொஞ்சம் வேணும். நல்லா இருக்குது.'

'ரசி, நாம வீட்டுக்குப் போற கட்டம் வந்துட்டது.'

'வீட்டுக்குப் போக வேண்டாங்க. எனக்கு வீடு கடியாது. எனக்கு வீடு...'

'கடியாது! ஓக்கே, வில்லேஜுக்குப் போகலாம்.'

'வில்லேஜுக்கு வேண்டாம். அங்க போனா ஓடச் சொல்லுவாங்க.'

கழுத்தில் பட்டாம்பூச்சிக்காரன் வந்து, 'இஸ் எனிதிங் தி மாட்டர்? தி யங் லேடி ஆ'ரைட்?' என்றான்.

'பர்ஃபெக்ட், பர்ஃபெக்ட்! நோ ப்ராப்ளம்' என்றான். 'எங்க இந்த த்ரிபாத்தி?' என்றவன், அவனை நோக்கி சைகை செய்து, 'வாடா சோமாறி' என்றான். அவன் வேகமாக வந்து பக்க பலம் அமைக்க, 'த்ரிபாத்தி! உன்னால்தான் வந்தது. ஸ்ட்ராங்காக ஜின் கொடுத்துவிட்டு, தள்ளாடுகிறாள். ரொம்பத் தப்பு' என்றான்.

'திருப்தி! திருப்தி! இன்னும் கொஞ்சம் இருக்குதா!' என்றாள் ரசி.

'கொஞ்சம் கொஞ்சம்' என்று அவளைக் கைத்தாங்கலாகப் பிடித்துக்கொண்டான். மற்றப்பேர் பார்வைகள் துளைக்க ஏறக்குறைய அவளைத் தூக்கிக்கொண்டு வெளியே வந்தார்கள். 'என்ன லைட்டாக இருக்கிறாள். ஒரு ஆள் போதும் இவளைத் தூக்குவதற்கு' என்றான் த்ரிபாத்தி.

'நல்லவேளை, யாரும் பத்திரிகைக்காரர்கள் இல்லை.'

'யாருக்குத் தெரியும்? நாளை செய்தி வந்தாலும் வரும். இவளை என்ன செய்யலாம். ரூமுக்கு அழைத்துச் சென்று விடலாமா?'

'பாதகா' என்றான் மனோ.

'என்னை விட்டுருங்க. நானா நடக்கறேன்' என்றாள் ரசி. 'விட்டு ருங்க. விட்டுருங்க. ஆம்பிளைங்க என்னைத் தொடாதீங்க' என்று அவர்களிடமிருந்து உதறிக்கொண்டு புதுசாக நடக்கக் கற்றுக் கொண்ட குழந்தைபோல நடந்து, சுழல் கதவில் சுற்றிச் சுற்றி வந்தாள். 'இந்த கேட்டு வீட்டுக்குப் போகாதா?' என்றாள். 'போகாது, போகாது. எனக்கு வீடு கிடையாதில்லை. அதான்.'

'ரசி, இதப் பாரு, போதும் விளையாட்டு' என்று சற்றுக் கடுமை யாகப் பேசி அவளைக் கதவிலிருந்து விடுவித்து ஆஜானுபாகு வான சர்தார்ஜியிடம் டாக்சிக்குச் சொல்லும்படி கேட்க, அவன் பக்கத்தில் இருக்கும் மைக்கில் பேச டாக்சிக்குக் காத்திருக்கும் போது ரசி சர்தார்ஜியைப் பார்த்து, 'அல்லோஓ! நீ எந்த ஊர் ராஜா?' என்றாள். சர்தார்ஜி சிரித்தார்.

'ஷட் அப் ரசி.'

டாக்சி சர்ரென்று வந்து நிற்க ரசி அதில் ஏற மறுத்தாள். 'என்னை மாமாகிட்ட கொண்டு போவீங்க. நான் மாட்டேன். நான் வர மாட்டேன்.'

'மாமா இல்லை. இதப் பாரு, நேரா நம்ம ரூமுக்குப் போறம். அங்க இன்னும் த்ரிபாத்தி சரக்கு வெச்சிருக்கான். அதை எடுத்துக் கிட்டு இண்டியா கேட் போய் அங்க புல்வெளியில் சாப்பிட லாம்.'

'நிசம்மா?'

'நிசம்மா.'

இருவரும் அவளைக் கன்றுக்குட்டியைப் போல் தூக்கி உள்ளே அடைக்க த்ரிபாத்தி டாக்சி டிரைவரிடம் ரகசியம் போல 'ஏஷியாட் வில்லேஜ்' என்றான்.

டாக்சி விடுதிக்கு வந்து நின்றபோது மணி பன்னிரண்டரை இருக்கும். மனோ மாடியில் மௌனமாகக் காத்துக்கொண்டு நின்ற ராஜ்மோகனைப் பார்த்துத் துணுக்குற்றான். 'சே! நல்ல ப்ளாக் காப்பி கொடுத்திருக்க வேண்டும். டாக்சி வந்து நிற்பதைப் பார்த்து, அவர் கீழே இறங்கி வர ஆயத்தம் செய்வது தெரிந்தது. ரசி மனோவின் கழுத்தைக் கட்டிக்கொண்டு, 'இண்டியா கேட்டா?' என்றாள். மனோ அவள் கன்னத்தில் தட்டினான்.

'ஆமாம், இறங்கு' என்றான். இதற்குள் ராஜ்மோகன் அருகில் வந்து ஒரு கணத்தில் நிலைமையைப் புரிந்துகொண்டு 'ஒதுங்குங்க' என்றான்.

'மிஸ்டர் ராஜ், நீங்க அவளைத் தப்பா நினைச்சுக்காதீங்க, நாங்கதான்...'

'அதெல்லாம் அப்புறம்! ஒதுங்குங்க! ரசி வாம்மா!'

'ஸாரி சார், ஷி இஸ் எ லிட்டில்...'

'கெட் லாஸ்ட், ஐ சே' என்று பதறினார். ரசியை ஏந்தி வாங்கிக் கொண்டிருக்க ரசி, 'மனோ, மனோ, ஏமாத்திட்டீங்க பாத்தீங் களா? ஏமாத்தித்திட்டீங்க பாத்தீங்களா, இன்னியா கேட்டுன்னு சொல்லி இங்க இங்க...' என்றாள்.

'ரசி, வா!'

'மனோ, நாளைக்கு வந்து என்னை அழைச்சுக்கிட்டுப் போவிங் களா?'

'நாளைக்குப் பார்க்கலாம் ரசி.'

'இனி என்னாளைக்கும் பார்க்க மாட்டே நீ! போடா பொறுக்கிங்களா!'

'மனோ மனோ, இண்டியா கேட்!'

தமிழரசியை ராஜ்மோகன் இப்போது ஒரு பார்ஸல் போலத் தூக்கி மாடிக்கு எடுத்துச் சென்று கதவைத் திறந்து படுக்கைமேல் எறிந்தார்.

அந்த அதிர்ச்சியில் சற்று மயக்கம் தெளிந்தவள் மாமாவைச் சிரமத்துடன் பார்த்தாள். 'நான் இங்க வந்துட்டேனா!' என்றாள்.

'வெக்கமா இல்லை உனக்கு?'

'இல்லை, மயக்கமா இருக்குது' என்றாள்.

அவள் முகத்தில் குளிர்ந்த நீரை ஒரு டம்ளர் நிறைய வீசினார். சிரித்தாள். அப்படியே அந்த இடத்திலேயே சுருண்டு படுத்தாள். அவள் முகத்தில் சோம்பேறித்தனமான நீர்த்திவலைகள் வடிந்து கொண்டிருக்க ஒரு நிமிஷத்தில் தூங்கிப் போய்விட்டாள்.

ராஜ்மோகன் சற்று நேரம் அவளையே பார்த்துக் கொண்டிருந்தார். பின்பு அவளை எடுத்து அவள் உடைகளை மாற்றி முகத்தைத் துடைத்துவிட்டுப் படுக்கையில் கிடத்திப் போர்த்திவிட்டுத் தன் படுக்கையில் வந்து உட்கார்ந்துகொண்டு ரொம்ப நேரம் யோசித்துக்கொண்டிருந்தார்.

காலை எட்டரை மணி இருக்கும்போது ரசி எழுந்திருந்தாள். உடம்பெல்லாம் வலித்தாற்போல இருக்க சற்று நேரம் சீரங்கத்தில் இருக்கிறோமோ, பாடியாலாவா என்று புரியாமல் இருந்தது. மேலே மௌனமாகத் தொங்கிக்கொண்டிருந்த மின் விசிறி லேசாக அலைந்தது. தலை கனமாக இருந்தது.

முதல் ராத்திரி நடந்ததெல்லாம் தொடர்ச்சியாக நினைவுக்கு வரவில்லை. கொஞ்சநேரம் ஆயிற்று. எப்போது மாமாவிடம் வந்து சேர்ந்தோம் என்பது தெளிவாக இல்லை. தூரத்தில் டாக்சி ஒன்று கனவில் போல் தெரிந்தது. மனோ, அந்த சர்தார்ஜி எல்லாரும் குழப்பமாக நினைவில் மோதினார்கள். 'மாமா!' என்றாள். பதிலில்லை.

எழுந்தாள். தன்னுடைய ஸாரி என்ன ஆயிற்று? நைட் ஷர்ட் எப்போது போட்டுக்கொண்டேன் என்று வியந்தாள். மாமாதான் போட்டு விட்டிருக்கவேண்டும். 'மாமா?' பதில் இல்லை.

எழுந்து நின்றபோது சுற்றியடித்தது. இத்தனை தலைவலியும் காத்திருந்ததுபோல விண் விண் என்று மண்டைக்குள் பேச ஆரம்பித்துவிட, கூடவே பயமும் இருந்தது. இன்றைக்கு ஓட வேண்டாம் என்று ஒரு ஆறுதல் எண்ணம் வேறு தனியாகத் தென்பட்டது. மெல்ல நடந்து பாத்ரூம் போய்விட்டுப் பல் தேய்த்தாள். கண்ணாடியில் தன் கண்கள் பஞ்சடைத்திருப்பதைக் கவனித்தாள். மாமா இன்னும் தூங்குகிறாரா என்ன? 'மாமா!'

முன் அறை தாளிட்டிருந்தது. சன்னல் கதவுகளும் வெளிப்பக்கம் சாத்தியிருந்தன. அதன் கண்ணாடி வழியாக வெளி பிம்பங்கள் குழப்பமாகத் தெரிந்தன. இருந்தும் மாமா நாற்காலியில் உட்கார்ந்திருப்பது தெரிந்தது.

'மாமா! நான் தான் ரசி. நான் எழுந்தாச்சு. கதவைத் திறங்க மாமா.'

'மாமா, நான் பேசறது கேக்குதா மாமா? கதவைத் திறங்க மாமா.'

பேப்பரைப் புரட்டுவது தெரிய, 'நீங்க அங்கே இருக்கிங்க மாமா. எனக்குத் தெரியுது. கதவைத் திறங்க மாமா.'

'கதவை எதுக்குத் திறக்கணும்?'

'நான் எழுந்தாச்சு. வெளியே வரணும்.'

'எதுக்கு வெளியே வரணும்?'

'என்ன மாமா இது. என்ன கேள்வி இது! வெளியே விடுங்க மாமா. வெளியே போக வேண்டாமா. மத்த கேம்ஸ்ங்களைப் பார்க்க வேண்டாமா? என்ன இது விளையாட்டு! கதவைத் திறங்க மாமா.'

'திறக்கமாட்டேன்.'

'என்ன மாமா இது?'

'நேத்தைக்கு நீ நடந்துகிட்டதுக்கு பனிஷ்மெண்ட்! நேத்தைக்கு என்ன ஆச்சு தெரியுமா? குடிச்சுட்டு மயக்கத்திலே தள்ளாடிக் கிட்டே வந்தே. ரெண்டு பேரும் உன் மார்மேலே எல்லாம் கை வெக்கறான்! பார்த்துக்கிட்டே சிரிச்சுக்கிட்டே வந்தே! எங்கே

போனடி சிறுக்கி? எங்க படுத்திருந்தே? எந்த ஓட்டலுக்குப் போனே? உன்னை தண்ணியடிக்க வைச்சுட்டு ரெண்டு பேரும் மாத்தி மாத்தி உன்னை...'

'அய்யோ!' காதைப் பொத்திக்கொண்டாள்.

'என்ன பண்ணுது உனக்கு? சொல்லுடி! என்ன பண்ணுது உனக்கு? ஏதாவது கேட்குதா? தாகமா, தவிப்பா? சொல்லுடி?'

'கதவைத் திறங்க சொல்றேன்' என்றாள் அழுத்தமாக.

'அங்கிருந்தே சொல்லுடி ஓடுகாலி முண்டை!'

'முதல்ல இந்த கெட்ட வார்த்தையெல்லாம் விட்டுத் தொலை யுங்க! என்னை வெளியே விடுங்க.'

'உன்னை எதுக்கு வெளியே விடணும். விட்டா தண்ணியடிக்கப் போயிர மாட்டேன்னு என்ன நிச்சயம்?'

'கதவைத் திறக்க மாட்டீங்களா?'

'மாட்டேன்.'

'எத்தினி நேரம்?'

'டில்லியை விட்டுக் கிளம்பற வரைக்கும்! இனிமே சன்னல் வழியாத்தான் சாப்பாடு, எல்லாம்.'

'என்ன மாமா, விளையாடுறீங்களா?'

'என் கண்ணே! இது நிசம்! உனக்கு ஸ்போர்ட்சைத் தவிர ஒண்ணும் தெரியாது. உன்னை அந்த மாதிரி வேட்டை நாய்க்கிட்ட இருந்து காப்பாத்தியே ஆகணும். அதுக்கு இதான் ஒரே வழி.'

'விடுங்க மாமா. வெளில விடுங்க மாமா. இனிமே அவங்ககூடப் போகலை. அதுதானே வேணும் உங்களுக்கு?'

'சேச்சே. உன்னை வெளியே விடவே கூடாது. விட்டா ஓடிப் போயிருவே. இண்டியா கேட்டுல புல்வெளியில ரெண்டு பேரும் படுக்க வெச்சாங்களா? என்ன செஞ்சாங்க, சொல்லு, நானும்தான் கேக்கறேன்.'

'மாமா, திறக்கப் போறீங்களா, இல்லையா?'

'எங்கெல்லாம் தடவிக் கொடுத்தான் சொல்லு. நானும் கத்துக் கறேன்!'

'அய்யோ அய்யோ கடவுளே!' என்றாள்.

அவர் பிம்பம் சன்னல் அருகில் வந்து நிற்பது தெரிந்தது. 'பாரு ரசி, நான் லேசுப்பட்டவன் இல்லே. உன்னை வெளியே விட மாட்டேன். தெரியுமில்லை.'

'கத்துவேன்.'

'கத்து. எங்கே கத்து பார்க்கலாம்!'

'அய்யோ அய்யோ!' என்று கத்தினாள்.

'எனக்கே சரியாக் கேக்கலை! வெளிக் கதவையும் சாத்திட்டா காரிடார்லே கூடக் கேக்காது. கதவெல்லாம் கெட்டியாகத்தான் செய்து வெச்சிருக்காங்க. பாரு ரசி, உன்னைக் கூட்டிப் போகப் போறேன். எங்கன்னு சொல்ல மாட்டேன். கத்து! நல்லாக் கத்து. எத்தினி நேரம் கத்த முடியும் உன்னால? நீ செய்த காரியத்துக்கு சாணி கரைச்சுக் கொட்டி செருப்பால அடிக்கணும். இந்தத் தண்டனை ரொம்பக் கொஞ்சம் உனக்கு...'

'செத்துப் போயிருவேன்! இங்கேயே செத்துப் போயிருவேன்' என்றாள்.

'ட்ரை பண்ணிப் பாரு. அங்க ஒரு ஆயுதம் இருக்காதே? உன் ஸாரியைக் கூட ராவோட ராவா மாத்திட்டேனே. படுக்கைல இருந்து எதும் எட்டாது. கொக்கியும் கிடையாது. நீ செத்துப் போறதுக்குக் கூட மாமன் உதவி வேணுண்டி தெரியுமா?'

'சாப்பிட மாட்டேன்.'

'சாப்பிடாட்டிப் போ. நேத்திக்கு தின்னது உனக்கு மூணு நாளைக்கு தாங்கும்.' ரசி சன்னல்மேல் ஏறிக்கொண்டு மாமாவை நேராகப் பார்த்துக் கெஞ்ச முயன்றாள். அதற்குள் அவர் வெளிக் கதவையும் தாளிட்டுக்கொண்டு செல்வது கேட்டது.

9

மாமா இப்படிச் செய்வார் என்பதே தமிழரசிக்கு அதிர்ச்சியாக இருந்தது. இதுவரை கோபப் பட்டிருக்கிறார். சத்தம் போட்டிருக்கிறார். ஆனால் ரூமில் வைத்துப் பூட்டிப் போய்விடுகிற அளவுக்கு நிலைமை வந்ததே இல்லை. தனக்கும் மாமாவுக்கும் உள்ள வினோதமான உறவை வகைப்படுத்துவது அவளுக்குக் கஷ்டமாக இருந்தது. பாதுகாப்பாள ராக, எஜமானராக, என்னை விலைக்கு வாங்கிய வராக? அப்பாவுக்கு இரண்டாயிரம் கொடுத்ததால் தானே அப்பா என்னை அழைத்துப்போக அனுமதித் திருந்தார். இருந்தும் அவர் அன்னியரா? அம்மாவின் தம்பிதானே! ஓரளவுக்காவது என் குடும்ப ரத்தம் தானே? ஏன் இப்படி என்னை ஏதோ விலங்கைப் போல் அடைத்து வைத்துவிட்டுப் போயிருக்கிறார். என்னால் எந்த முறையில் எதிர்ப்பைத் தெரிவிக்க முடியும்? மனோகரின் உதவியை நாடலாம். மனோ! அவனால்தான் எல்லாம்! என்ன என்னவோ பரிச்சய மில்லாத பானத்தையெல்லாம் எனக்குக் கொடுத்து விட்டு மயக்கத்தில் உளற வைத்துவிட்டு... மாமா விடம் நன்றாகத் திட்டு வாங்கிக் கொண்டாகி

விட்டது. மாமா வருவார். இதோ வந்துவிடுவார். அவர் கோபம் அதிக நேரம் தாங்காது. இதோ திறந்து என்னை அழைத்துச் சென்று விடுவார்...

காத்திருந்தாள். கடிகாரம் இல்லாததால் என்ன மணி என்று தெரிய வில்லை. ஒன்பது இருக்குமா? உள்ளே பகலும் வெளிச்சமும் இல்லாமல் அரையிருட்டாக இருந்தது.

பொழுது போகவில்லை. மாமா வருகிற மாதிரித் தெரிய வில்லை. பசித்தது. கொஞ்ச நேரம் தரையில் உட்கார்ந்து கொண் டாள். பசியையும் மீறித் தூக்கம் வந்துவிட்டது. சாயங்காலம் இன்டர்வியூவோ என்னவோ எடுப்பதாகச் சொன்னார்களே. அவர்கள் வருவதற்குள் எழுந்துவிடலாம். அதற்குள் மாமா வந்துவிடவேண்டும். இந்த எண்ணங்கள் எல்லாம் தூக்கத்திலா விழிப்பிலா என்று சரியாகத் தெரியாமல் ஒருவித அவஸ்தையில் தான் உறங்கினாள்.

'ரசி! ரசிக் கண்ணு!'

'மாமா, வந்துட்டீங்களா?' கண்ணைக் கசக்கிக் கொண்டு எழுந்தாள்.

'இந்தா, இதைத் தின்னு. பசிக்குதா கண்ணு?' மாமா ஜன்னல் வழியாகத் தெரிந்தார்.

'மாமா... பசி குலையைப் புடுங்குது. என்ன கொண்டு வந்திருக் கீங்க?'

'உனக்குப் புடிச்சது, கோழி!'

'கதவைத் திறங்க மாமா!'

'கதவை மட்டும் திறக்கச் சொல்லாதே கண்ணு!'

'என்ன மாமா, விளையாடாதீங்க. திறங்கன்னா...'

'திறக்கவேண்டாம். இங்கிருந்தே வாங்கிக்க. தின்னு.'

'திறந்துவிடுங்க. எனக்கு பாத்ரூம் போகணும்.'

'பாத்ரூம் உள்ளுக்குள்ளவே இருக்குது கண்ணு.'

'அவங்கள்ளாம் வரப்போறாங்க. என்ன மணி இப்ப?'

'ரெண்டரை.'

'ஐயோ! அவங்கள்ளாம் வந்துருவாங்க. பத்திரிகைக்காரங்க, போட்டோக்காரங்க எல்லாம்.'

'அவங்களுக்கெல்லாம் நான் பதில் சொல்லிக்கிறேன். கவலைப் படாதே.'

'இப்ப என்னாத்துக்குன்னு என்னை உள்ளே அடைச்சு வெச்சிருக்கீங்க?'

'உனக்கு நல்லதுக்குத்தான்.'

'இது எனக்கு நல்லதே இல்லை. என்னை ஏதோ ஆடு மாடு மாதிரி நடத்துறீங்க. மாமா, வேண்டாம், கத்துவேன்.'

'கத்திக்க பரவாயில்லை. கத்தினா கேக்கறவங்க யாரும் இல்லை. பக்கத்துல இருந்தவங்க சவூதிக்காரங்க. காலி பண்ணிட்டுப் போய் ரெண்டு நாளாச்சு. அடுத்த கட்டடம் இங்கிருந்து ஒரு பர்லாங்கு. சொல்றதைக் கேளு. பேசாம சாப்பிட்டுட்டு நிம்மதியாப் படுத்துக்க. கட்டில் இருக்குது. படுக்கை இருக்குது. டிரான்ஸிஸ்டர் இருக்குது.'

'மாமா, மாமா!' என்று கெஞ்சினாள். 'எத்தனை நாளைக்கு மாமா இந்தத் தண்டனை? இந்த மாதிரிச் செய்ததே இல்லைங்களே. நான் என்ன தப்பு செய்தேன்? எதுக்காக என்னைப் போட்டு உசிரை வாங்கறீங்க?'

'எல்லாம் உன் நன்மைக்குத்தானேம்மா!'

'எனக்கு நன்மையா? எப்படி மாமா? கண்ணில தண்ணி விட்டு அழுவறேனே, இது எனக்கு நன்மையா? எதுக்கு மாமா சின்னக் குற்றத்துக்கு இத்தனை பெரிய தண்டனை? என்ன செய்துட் டேன்னு இப்படி ஒரு பனிஷ்மென்டு? ஒரே ஒரு நாள் அவங்க வற்புறுத்தினதாலே, அதுவும் நீங்க சொன்னீங்கன்னுதானே போனேன்? நீங்க போகவேண்டாம்னு சொல்லியிருந்தா போயிருப்பனா? யோசிச்சுப் பாருங்க.'

'இனிமே யாரு உன்னை விடப்போறாங்க?'

'மாமா! கதவைத் திறங்க மாமா' என்று அதட்டிப் பார்த்தாள்.

'சாப்பிடு, கதவைத் திறக்கறேன்.'

'ஊம், நீங்க ஏமாத்துவீங்க. கதவைத் திறங்க, சாப்பிடறேன்.'

'திறக்காட்டி?'

'சாப்பிட மாட்டேன்.'

'அப்ப சரி, நான் வர்றேன்.'

'இருங்க, இருங்க. போவாதீங்க! பசி வயித்தைக் கிள்ளுது! மாமா, குடுத்திட்டுப் போங்க. எப்பத்தான் திறப்பீங்க?'

'சொல்றேன் பெண்ணே, சொல்றேன். நீ செய்த காரியத்துக்குத் தகுந்த தண்டனை கிடைச்சுட்டதா நான் எப்ப முடிவு பண்றனோ அப்ப!'

'அய்யோ மாமா, நீங்க ஒரு கிராதகன்!'

'கொஞ்ச நாள் கழிச்சு இப்பச் சொன்னதை யோசிச்சுப் பார்க்கத் தான் போறே! அப்ப புரியப் போவுது. அப்ப கிராதகன்னு சொல்லு, ஒத்துக்கறேன்.'

'மாமா நான் உங்களை மனப்பூர்வமா வெறுக்கிறேன்! இனிமே சத்தியமா ஓட மாட்டேன். ஸ்டிரைக் பண்ணுவேன். என்னை வெளியே விட்டாத்தான்...'

'பார்க்கலாம்' என்று அவர் புன்னகைத்துக் கொண்டே போய் விட்டார். வெளிக்கதவைத் தாளிட்டுப் பூட்டும் சப்தம் கேட்டது. கொஞ்ச நேரம் பயந்து சலனமற்று உட்கார்ந்திருந்தாள். சுற்றிலும் ஜன்னல்களைப் பார்த்தாள். அதன் கம்பிகளை அசக்கிப் பார்த்தாள். பாத்ரூமுக்குள் நுழைந்து டபிள்யூ ஸி மேல் ஏறிப் பார்த்தாள். சன்னல் எட்டவில்லை. எப்படி தப்பிப்பது? தப்பித் தாலும் எங்கே போவது? எங்கே வேண்டுமானாலும் போகலாம். இந்த மனுஷனைத் தவிர... இவருக்குப் பைத்தியம் பிடித்து விட்டதா என்ன?

தமிழரசிக்கு நன்றாக ஒரு பாட்டம் அழவேண்டும் போல் இருந்தது. 'அய்யோ' என்று ஒரு முறை கீச்சுக் குரலில் கத்திப் பார்த்தாள். கொஞ்ச நேரத்தில் மாமா கொண்டுவந்திருந்த உணவுப் பொட்டலத்தைப் பிரித்து வைத்துக்கொண்டாள். பசிக்கிறது; சாப்பிட்டுவிட்டு அழலாம் என்று தோன்றியது.

ராஜ் சாவியை சுற்றிக்கொண்டே வெளியே வரும்போது எதிரே இரண்டு கேமராக்காரர்கள் வருவதைக் கவனித்து நடையை முடுக்கினார். அவர்கள் ஓடிவந்து அவருடன் கலந்துகொண்டு நடந்தார்கள். 'மிஸ்டர் ராஜ்மோகன், டமிலரசி எங்கே?'

'அவள் வெளியே போயிருக்கிறாள்.'

'வெளியே என்றால் டெல்லியில்தானே?'

தயக்கத்துடன், 'இல்லை வெளியூருக்கு.'

'எதற்கு?'

'மறுபடி தயங்கினார்.

'அவள் அப்பாவுக்கு உடம்பு சரியில்லை என்று தந்தி வந்தது. அதற்காக உடனே போக வேண்டியிருந்தது.'

'திரும்ப எப்போது வருவாள்?'

'அது அவள் தந்தையின் உடல்நிலையைப் பொருத்து இருக்கிறது.'

'அப்படியா? தந்தையின் விலாசம் தருகிறீர்களா?'

'இதோ பாருங்கள். நான் கொஞ்சம் அவசரத்தில் இருக்கிறேன். ராத்திரி எட்டு மணிக்கு வந்தால் மேற்கொண்டு தகவல் தருகிறேன்' என்று ஏஷியாட் மினியில் சட்டென்று ஏறிக்கொண்டார் ராஜ்மோகன்.

●

ப்ரஸ் கிளப்பில் த்ரிபாத்தியுடன் உட்கார்ந்திருந்த மனோ தன் சிகரெட்டின் சாம்பலை ஆஷ் டிரேயில் தட்டினான்.

'த்ரிபாத்தி, என்ன சொல்கிறாய்?'

'அதிர்ச்சியிலேயே அப்பன் எங்கேயாவது உயிரை விட்டிருப்பான்.'

'ராத்திரி நாம கொண்டுவிடும்போது ஒன்றுமே இல்லை.'

'காலை தந்தி வந்திருக்குமோ என்னவோ?'

74

‘இருக்கும். மெட்ராஸுக்கு எப்படிப் போவாளாம்? ப்ளைட்டிலா, இல்லை ரயில் மார்க்கமாவா?’

‘யாருக்குத் தெரியும்? இப்போது அதைப் பற்றி என்ன கவலை? சோக்ரி டில்லியில் இல்லை!’

‘எனக்கென்னவோ ஏதோ நிழலாக இருக்கிறது.’

‘அந்தப் பெண்ணின் வீட்டு விலாசம் தெரிந்தால் டெலிபிரிண்டர் மூலம் சென்னையில் கேட்டுவிடலாமே!’

‘ப்ரில்லியண்ட்! சென்னையில் தகவல் தெரியாமலா இருக்கும்? ஒயர் ஸர்வீஸ் வழியாகக் கேட்டுவிடலாம். திருச்சிக்குக்கூட போன் பேசி விசாரித்து விடலாம். உனக்கு மூளை இருக்கிறதடா.’

•

ராஜ்மோகன் புதுடில்லி ரயில் நிலையத்தில் விசாரித்துக் கொண்டிருந்தார்.

‘ஸாரி ஸார். ஆல் புக்ட்! எட்டாம் தேதிவரை எல்லாம் புக் ஆகியிருக்கிறது. சீட் இல்லை.’

‘ஏஷியாட்டுக்காக ஸ்பெஷல் ரெயில் போடுகிறார்களாமே?’

‘எல்லாம் ஃபுல்தான்.’

ராஜ் அவன் அருகில் சென்று, ‘கிடைக்கவேண்டுமானால் என்ன செய்யவேண்டும்?’

‘எம்.பி. யாரையாவது தெரியுமா உங்களுக்கு? பார்லிமெண்ட் ஹவுசிலிருந்து கோட்டா இருக்கிறது...’

‘எம்.பி. யாரையும் தெரியாமலேயே ரிஸர்வேஷன் வேண்டும் என்றால்...’

ராஜ் பையிலிருந்து நூறு ரூபாய் நோட்டுகளை எண்ண ஆம்பிக்க...

‘என்றைக்கு வேண்டும்?’

‘எவ்வளவு சீக்கிரம் கிடைக்கிறதோ?’

‘நார்தர்ன் ரயில்வே சிப்பந்தி எச்சில் தொட்டு பெரிய ரிஜிஸ்டரைப் புரட்டி, ‘இன்றைக்கும் நாளைக்கும் பேச்சே

இல்லை. நாளை மறுநாள் வேண்டுமானால் பார்க்கலாம். பெயர் எழுதிக் கொடுங்கள். பின்பக்கமாக உள்ளே வாருங்கள்...என்ன பெயர்? தமிளரசி? யார்? ஓட்டக்காரியா?'

'ஆம்.'

'சொல்லக்கூடாதோ முதலிலேயே!'

'இன்றைக்குக் கிடைக்குமா?'

'இன்றைக்கு சார்ட் போய்விட்டது. நாளைக்கு இல்லை நாளான்னைக்கு நிச்சயமாகக் கிடைக்கும் சார்... வேண்டாம். ஒரு தேசிய வீராங்கனைக்கு ரிசர்வேஷன் செய்தேன் என்று சொல்லிக் கொள்ளப் பெருமைப்படுகிறேன். இதற்காகக் காசு வாங்க விரும்பவில்லை. என் பொண்ணுக்கு ஒரு ஆட்டோ கிராஃப் வாங்கிக் கொடுத்துவிட்டால் போதும்! டிவியில் அவளைப் பார்த்தபோது அது முதல் அவளைப் போலவே ஓட்டக்காரியாக வேண்டும் என்று கங்கணம் கட்டிக் கொண்டிருக் கிறாள். இன்ஸ்பைரிங்! நீங்கள்...'

'அவள் கோச்.'

'ரொம்ப சந்தோஷம். நீங்கள் கவலைப்படாதீர்கள். உங்களை அனுப்பவேண்டியது என் பொறுப்பு. எங்கே இருக்கிறாள்? இப்போது ரொம்ப பிஸியாக இருக்க வேண்டும்...'

'ஆம்' என்றார்.

•

தமிழரசி தரையில் இருட்டில் படுத்திருந்தாள்.

•

மனோ டெலிபிரிண்டரில் வந்த செய்தியைப் பார்த்து 'ஸம்திங் ராங்' என்றான்.

10

டெலிபிரிண்டர் செய்தியைச் சரக்கென்று கிழித்துக் கொண்டு பக்கத்தில் மானிட்டர் அறைக்குச் சென் றான் மனோ.

டெலிவிஷன் திரைகளில் நான்கில் தமிழரசி மறுபடி அந்தச் சரித்திர ஓட்டத்தை ஓடிக்கொண்டிருந்தாள். ‘மனோ! நான் அப்பவே சொன்னேன் இல்லையா, இந்தப் பெண் நிச்சயம் ஜெயிப்பாள் என்று. இவள் ஓடுவதை எடிட் பண்ணிவிட்டு ஒரு இன்டர்வ்யூ செய்து ராத்திரி ஓட்ட வேண்டும். எல்லாம் ரெடியா?’

‘எல்லாம் ரெடிதான். பெண்ணை மட்டும் காண வில்லை.’

‘காணவில்லையா? வாட் டு யூ மீன்?’

‘ஊருக்குப் போய்விட்டாளாம்.’

‘மை காட்! கோட்டை விட்டுவிட்டாயா? நான் ராத்திரி ஃபீச்சர் கொடுக்கிறேன் என்று வாக்களித் திருக்கிறேன்.’

‘பெண் இருந்தால்தானே?’

‘அடப்பாவி!’

‘சார், எனக்கும் கொஞ்சம் சந்தேகமாக இருக்கிறது. அவள் மாமன் மற்றும் கோச் ஒரு மாதிரி. அவனுக்கு பப்ளிசிட்டி ஆகாது. பெண்ணைக் கோழி போல் அடைகாக்கிறான். பெண் டில்லியில்தான் இருக்கிறாள் என்று பட்சி சொல்கிறது. டெட்லைன் என்ன?’

‘சாயந்தரம் அஞ்சு மணி.’

‘முயற்சி செய்து பார்க்கிறேன். இல்லை என்றால் ஜிம்னாஸ் டிக்ஸ் இருக்கவே இருக்கிறது. அதை ஓட்டிவிட வேண்டியது தானே?’

‘அதையே எத்தனை முறை காட்டியாகி விட்டது! தமிழரசி கிடைத்தால் ஸ்கூப்! அவள் பேசியே ஆகவேண்டும். அது என்ன பாஷையாக இருந்தாலும் சரி, மதராசியாக இருந்தாலும் சரி!’

‘தமிழ்! தமிழ்! சார், சொல்லுங்க, பார்க்கலாம்.’

‘தாமில்.’

‘நாசம்!’ என்று மனோ புறப்பட்டான்.

குளிர் அதிகமாக இருந்ததால் ஸ்வெட்டரைக் கழுத்துவரை இழுத்து விட்டுக்கொண்டான். சிகரெட் புகை முடிந்தபின்னும் பனிப்புகை அவன் வாயிலிருந்து சுழன்றது.

‘காட்டமாக ரம்மிருந்தால் நன்றாக இருக்கும்’ என்றான் த்ரிபாத்தி.

‘கம்மென்று வா. இப்போது குடிக்கும் வேளையில்லை. முதலில் வில்லேஜ் போய்ப் பார்க்கலாம். பெண்ணை உள்ளே வைத்துக் கொண்டே இல்லை என்று சொன்னாலும் சொல்லுவான் கிழவன்.’

‘அவனா கிழவன்? என்ன தகடாக இருக்கிறான் பார். நம் இரண்டு பேரையும் குத்துச் சண்டையில் சமாளிப்பான்.’

'குத்துச் சண்டை யார் போடப் போகிறார்கள்? புத்திச் சண்டைதான்! வா த்ரிபாத்தி, ஒரு நாளைக்குக் கொஞ்சம் வேலை செய். என்ன?'

'க்யா யார்?'

அவர்கள் வில்லேஜுக்குச் சென்று தமிழரசி தங்கியிருந்த ப்ளாக்குக்குச் சென்றபோது அறை பூட்டியிருந்தது. பூட்டை அசைத்துப் பார்த்தான். சன்னல்கள் சாத்தியிருந்தன. மேல் சன்னல் வழியாக எட்டிப் பார்த்தும் பிரயோசனமில்லை. அதன் கண்ணாடிக் குழப்பத்தில் உள்ளே ஒன்றுமே தெரியவில்லை.

உள்ளே தமிழரசி சற்றுக் கண்ணயர்ந்தாள். அவர்கள் பூட்டை ஆட்டுவது கனவில்போல் கேட்டது. மாமாதான் வருகிறார் என்று எண்ணிக்கொண்டு கண்களை இறுக்க மூடிக்கொண்டாள். பேச விரும்பவில்லை. மனோவும் த்ரிபாத்தியும் சற்று நேரம் நின்றுகொண்டிருந்துவிட்டு, 'இல்லை, இங்கே இல்லை' என்று திரும்பி மாடிப் படிகளில் இறங்கும்போது தூரத்தில் பாதையில் ராஜ்மோகன் வருவதைப் பார்த்தார்கள்.

'வருகிறான், விசாரிக்கலாமா?'

'அதேதான் சொல்வான்.'

'பார்க்கலாம்.'

கையில் சாவிக் கொத்தைச் சுழற்றிக்கொண்டே வந்த ராஜ்மோகன் அவர்களைப் பார்த்ததும் சட்டென்று நின்றார். 'என்ன, மறுபடி வந்தீங்களா? அவதான் இல்லேன்னேனே?' என்றார் வெறுப் புடன்.

'இல்லீங்க, நீங்க பொய் சொல்லியிருக்கீங்க.'

'என்ன! பொய்யா! என்னது!'

'திருச்சி, மெட்ராஸ் எல்லாம் விசாரிச்சுட்டோம். பிரஸ்காரங்களை நீங்க ஏமாத்த முடியாது. தமிழரசியோட தகப்பன் சௌக்கியமா அங்கு தந்தி பேப்பருக்கு இண்டர்வ்யூ கொடுத்துக்கிட்டு இருக்காரு. நீங்களானா 'அவருக்கு உடம்பு சரியில்லை. அதுக் காகத்தான் அங்க போயிருக்கா'ன்னு உடான்ஸ் விடறீங்க. சொல்லுங்க, எங்க அவ? ஓட்டலுக்கு மாத்திட்டீங்களா? ஏங்க,

79

அந்தப் பொண்ணுக்கு வரவேண்டிய புகழை மறைக்க விரும்ப றீங்க? சொல்லுங்க.'

'உங்க மாதிரி காலிப் பயங்களோட அவள் சேராம இருக்கற துக்குத்தான்' என்றார். தொடர்ந்து 'ராத்திரி என்ன நிலையிலே கொண்டு வந்துவிட்டீங்க. ஞாபகம் இருக்குதா?'

'சரி சரி. மன்னிப்புக் கேட்டாச்சுன்னு நினைக்கிறேன். இப்ப அவ எங்க இருக்கா?'

'சொன்னேனில்ல, ஊருக்குப் போயிருக்கான்னு?'

'மறுபடி பொய் சொல்றீங்களே?'

'எவ்வளவோ சொந்தக் காரணங்கள் இருக்கலாம். போய்ட்டு வர்றீங்களா? அவளை நீங்க டில்லில எங்க தேடினாலும் பார்க்க முடியாது.'

'பாருங்க, இது ரொம்ப முக்கியம். அது டில்லில இருக்காளா, ஊருக்குப் போயிருக்காளான்னு எனக்குத் தெரிஞ்சாகணும்!'

'ஒண்ணும் கிடையாது. போய்ட்டு வாங்க.'

'கண்டுபிடிக்க முடியாதுன்னு நினைக்கிறீங்களா?'

'போய் வரீங்களா?' என்று மிகையாக வணக்கம் சொன்னார் ராஜ்மோகன்.

'வா த்ரிபாத்தி, போகலாம்.'

அவர்கள் கிளம்ப மோகன் கொஞ்ச நேரம் காத்திருந்துவிட்டுக் கதவைத் திறந்தார். திறந்தவுடன் உள்பக்கம் தாளிட்டுக் கொண்டார்.

மாடிப்படி அருகில் காத்திருந்த மனோ பதியப் பதிய நடந்து வந்து அந்த அறைக்குத் திரும்ப வந்து கதவோரத்தில் நின்றுகொண்டு கதவின்மேல் காதை வைத்துக் கேட்டான்.

உள்ளே லேசாகப் பேச்சுக் குரல் கேட்டது. ராஜ், 'ரசி! ரசி!' என்று மெல்லக் கூப்பிட்டார். தமிழரசி விழித்துக் கொண்டுதான் இருந்தாள். ஆனால் பதில் சொல்லவில்லை. 'இத பாரு, எத்தனை தந்தி வந்திருக்கு? எத்தனை செய்திகள் வந்திருக்கு?

பூக்கொத்தெல்லாம் கொண்டு வந்து கொடுத்திருக்காங்க. உன்னைப் பத்தியே ஊர் பூராப் பேச்சு.'

'எல்லாத்தையும் தூக்கிக் குப்பைல போடுங்க' என்றாள்.

'கோவம் இன்னும் போகலியா ரசி? என்னத்தைச் சொல்லுவேன்! என் மனசிலே உனக்காக அலைபாயற கவலைங்களை எப்படிச் சொல்லுவேன்! நான் உன் நல்லதுக்குத்தான் எல்லாம் செய்யறேம்மா!'

'அதான் செயில்ல போட்டு வெச்சிருக்கீங்களாக்கும்?'

'செயிலா! இல்லேம்மா! இத பாரு, நாம உடனே மெட்ராஸ் போகப்போறோம். உங்க அப்பா அம்மா அக்காங்கள்ளாம் உனக்காகக் காத்துக்கிட்டு இருக்காங்க. தமிழ்நாடு அரசு உனக்குப் பரிசு தரப்போவுது. வா ரசி, நம்ம ஊருக்குப் போயிரலாம். இங்க சகவாசம் சரியில்லை. உன்னை அன்னிக்குக் கூட்டிட்டுப் போயி, அந்தப் பயலுவ என்ன அக்கிரமம் செய்தாங்க பாத்தியா!

'அப்பா அம்மாவைப் பாக்கப் போறமா?'

'ஆமா. இத பாரு டிக்கெட்டு! புக் பண்ணியாச்சு.'

'எல்லாரும் மெட்ராஸ்ல இருக்காங்களா?'

'ஆமா, போன்ல பேசினேன். என் பெண்ணைக் கூட்டியான்னு மாப்பிள்ளை ஒரே உற்சாகத்திலே இருக்காரு. டெலிவிஷன்லே நீ ஓடறதைப் பார்த்தாங்களாம். எல்லாரும், 'நீங்கதான் அவ தகப்பனா! நீங்கதான் அவ தாயாரா!'ன்னு விசாரிக்கிறாங்களாம். என்ன பெருமையாச் சொல்லிக்கிறாங்க தெரியுமா? ரசி, அது நம்ம ஊர், நம்ம பாஷை, நம்ம தேசம், அங்கதான் நமக்கு முழுப் பெருமை. தெரியுமில்லை? இந்திக்காரங்களை நம்பினா கெடுத்துருவாங்க உன்னை.'

'அந்தாளு தமிழ்க்காரர்தானே மாமா?'

'யாரு?'

'அதான் அவர் பேர் என்ன, மனோவா!'

'அவன் கிடக்கான் தறுதலை, குடிகாரன். நாம போகலாம் தமிழ்நாட்டுக்கு!'

‘அப்ப கதவைத் திறங்க, வெளியே போய்ச் சுத்திட்டாவது வரலாம்.’

‘வெளியே போனா அவங்க காத்திட்டு இருப்பாங்க, உன்னைக் கொத்திட்டுப் போக.’

‘திறங்க மாமா, என்ன இந்த செயில் மாதிரிப் பூட்டி வெச்சுட்டு...’

‘கொஞ்சம் இரு, டிக்கெட்டைச் சரிபார்த்துட்டு வந்துர்றேன். ராத்திரிக்குள்ளே திறந்து விட்டுர்றேன்!’

தமிழரசிக்கு மறுபடி கோபம் வந்தது. ‘மாமா, இது அநியாயம், நான்தான் உங்ககூட வர்றேனே! திறங்க மாமா!’

‘இதபாரு கண்ணு. ரெயில் ஏர்றவரைக்கும் உன்னைப் போத்திக் காக்க வேண்டியது என் பொறுப்பு. இத பாரு கண்ணு. நீ வந்து என் பொக்கிஷம் மாதிரி. ரத்தினம் மாதிரி, வைர நகை மாதிரி, வைரத்தை என்ன செய்வாங்க? இரும்புப் பெட்டியிலே பூட்டித் தானே வெச்சுப்பாங்க? யார் கேட்டாலும் என் வைரத்தைக் கொடுக்க மாட்டேன். அதை நான் இன்னும் பட்டை தீட்டணும். ஒலிம்பிக்குக்குத் தயாரிக்கணும். இந்தச் சமயத்திலே உன்னை விட்டேன்னா நீ பறந்து போயிடுவே! கைல சிக்க மாட்டே. அந்தப் பயலுவ இங்கேயே ரோந்து சுத்திக்கிட்டு இருக்காங்க. எப்படா வெளியே வரப்போறேன்னு காத்திருக்காங்க. வேணாம். மாட்டேன். உன்னை அந்த வெளியுலகத்துக்கு அனுப்ப மாட்டேன். ஒருமுறை அனுப்பி என்ன ஆச்சு பார்த்தியா? மயக்க மருந்து கொடுத்துட்டாங்க. அடுத்த முறை அனுமதிச்சன்னா உன் மனசை மாத்திருவாங்க. கூடாது!’

‘மாமா, எனக்கு ஒரு சந்தேகம் வருது.’

‘என்ன கண்ணு?’

‘உங்களுக்கு ஒருவேளை லேசாப் பைத்தியம் புடிச்சிருச் சோண்ணு!’

‘ஆமாம் கண்ணு!’ ராஜ்மோகன் அவள் அருகில் வந்து அவள் புஜத்தைப் பிடித்துக்கொண்டு அதைச் சற்றே அழுத்திச் சொன்னார். ‘ஆமாம், எனக்குப் பைத்தியம்தான்!’ தமிழரசி பிரமித்துப் பார்த்துக்கொண்டிருக்க, மாமா சற்றுக் கீழே சரிந்து

அவள் தொடைகளைத் தடவிக்கொடுத்து முழங்கால்களுக்கு வந்து, கால்களைப் பிடித்துக்கொண்டார்! 'இந்தக் கால்கள் மேலத் தான் எனக்குப் பைத்தியம்!' என்று அவள் பாதங்களை முத்த மிட்டார்.

தமிழரசிக்கு பயமாக இருந்தது.

'த்ரிபாத்தி, வா போகலாம்!'

'என்ன? குட்டி உள்ளே இருக்காளா?'

'ஆம், உள்ளே பூட்டி வைத்துக்கொண்டிருக்கிறான்.'

'கதவைத் தட்டினால் காட்ட மாட்டானா?'

'காட்ட மாட்டான். அவன் ஒரு மாதிரி ஆள் என்று எனக்குச் சந்தேகம் ஏற்பட்டிருக்கிறது.'

'இப்போது என்ன செய்வதாக உத்தேசம்?'

'முதலில் இவளை விடுதலை செய்யவேண்டும்.'

'எப்படி?'

'போலீஸ் மூலமாக!'

'அது எப்படிச் சாத்தியம்?'

'சாத்தியம் என்றுதான் நினைக்கிறேன். முதலில் ஒரு வக்கீலைப் பார்க்கவேண்டும். உன் அண்ணாவோ யாரோ வக்கீல் என்று சொன்னாயே?'

'என் கஜின்!'

த்ரிபாத்தி கரோல் பாகிலிருந்து அவன் உறவுக்கார மற்றொரு த்ரிபாத்தியிடம் அழைத்துச் சென்றான். கரோல் பாக் விளிம்பில் பூசா ரோட்டில் வசதியாக இருந்தது வீடு. வாசலிலேயே தடுப்பு போட்டு ஏகப்பட்ட சட்டப் புத்தகங்களுக்கு மத்தியில் ஒரு நாய் சுருண்டு படுத்துக்கொண்டிருந்தது. வக்கீல் வருவதற்குமுன் ஒரு கட்வாலிப் பையன் சாயாவும் சுடச்சுட சமூசாவும் கொண்டுவந்து கொடுத்தான். வக்கீலுக்கு நாற்பது வயசிருக்கும். நாயைத் தடவிக்கொண்டே கேட்டார். அவ்வப்போது சிரித்துக் கொண் டார். எதற்கு என்று மனோவுக்குப் புரியவில்லை.

'இப்போது என்னால் அவளை விடுவிக்க முடியுமா? சட்டத்தில் அதற்கு இடம் இருக்கிறதா?'

'இருக்கிறது. செக்ஷன் 340. ராங்ஃபுல் கன்ஃபைன்மெண்ட். யார் வேண்டுமானாலும் பெட்டிஷன் கொடுக்கலாம். உங்களுக்கு அந்தப் பெண் ஏதாவது உறவா?'

'இல்லை, சினேகிதி!'

'அது போதும்' என்றார்.

11

த்ரிபாத்தியும் மனோவும் தீஸ் ஹஸாரியில் சப் டிவிஷனல் மாஜிஸ்திரேட் கோர்ட்டில் காத்திருந் தார்கள். சட்டம் மிக மெதுவாக ஞாயிற்றுக்கிழமை ஆமைபோல் நகர்ந்து கொண்டிருக்க மனோ முடிவில்லாத ரெண்ட் கன்ட்ரோல் கேஸ்களின் இடையே அரைத்தூக்கத்தில் ஆழ்ந்திருந்தான். த்ரி பாத்தி எழுப்ப, 'மனோ! எழுந்திரு. நம் கேஸ் வந்து விட்டது!' வக்கீல் த்ரிபாத்தி மாஜிஸ்திரேட்டுடன் அருகில் போய் விவரம் சொல்லிக்கொண்டிருக்க, அவர் கண்ணாடி அணிந்துகொண்டு பெட்டிஷனை மேம்போக்காகப் பார்த்துவிட்டு, 'புகார் கொடுத் தவர் யார்?' என்றார். த்ரிபாத்தி மனோவை முன்னால் திணித்தான்.

'நீ அந்தப் பெண்ணுக்கு என்ன உறவு?'

'சினேகிதம்' என்றான்.

'உறவில்லையா?'

'ஒரு விதத்தில் உறவுதான், யுவர் ஆனர்' என்றான்.

'எந்த வகையில்? சினேகிதம் என்கிறாய், உறவு என்கிறாய். இரண்டும் பொருந்தவில்லையே.'

'உறவாகப் போகிற சினேகிதம்' என்றான்.

'அவள் உன் காதலியா?'

'ஒரு வகையில் அப்படித்தான்.'

'ஓ!' என்றார். காதல் என்பது ஏதோ ஒரு மிகச் சாதாரண விஷயம் போல. 'மைனர் பெண்ணா?'

'பார்டன்?'

'பதினெட்டு வயசாகி விட்டதா அவளுக்கு?'

'அப்படித்தான் எண்ணுகிறேன்' என்றான்.

'சரியாகத் தெரியவில்லை' என்றார் வக்கீல்.

'பூட்டி வைத்திருப்பது யார்?'

'அது அவளுடைய பயிற்சியாளர்.'

'அவளுடைய விருப்பத்துக்கு எதிராகப் பூட்டி வைத்திருக் கிறார்கள் என்பது எப்படி உங்களுக்குத் தெரியும்?'

'வாரண்ட் கொடுத்து அந்தப் பெண்ணை உங்கள்முன் கொண்டு வந்து நிறுத்தி விசாரித்தால் தெரிந்து போகும். மேலும் பெண் ணின் நலனில் அக்கறை உள்ள எந்தச் சாதாரண குடிமகனும் புகார் தரலாம்.'

'மிஸ்டர் த்ரிபாத்தி, இதில் ஒரு மாஜிஸ்திரேட்டின் அதிகாரம் ரொம்ப மையமானது. டிஸ்க்ரிஷனரி! சர்ச் வாரண்ட் கொடுப் பதில் எனக்குத் தயக்கம் இல்லை. ஆனால் புகார் கொடுத் திருக்கும் மனோகருக்கு இந்த கேஸில் என்ன அக்கறை, எதற்காகப் புகார் கொடுக்கிறார் என்பது எனக்குத் தெரிந்தாக வேண்டும். மிஸ்டர் மனோகர், உங்களுக்கு அந்தப் பெண் விடுதலைமேல் என்ன அக்கறை?'

'அந்தப் பெண் அவள் இஷ்டத்துக்கு விரோதமாக ஒரு அறையில் அடைக்கப்பட்டிருக்கிறார் என்று என்னால் உத்தரவாதமாகச்

சொல்ல முடியும்.'

'அந்த ஆள் அவளுக்குப் பயிற்சியாளர் மட்டுமா?'

'இல்லை, அவள் மாமனும்கூட.'

'கார்டியன் என்று சொல்லலாமா?'

'சொல்லலாம்.'

'சர்ச் வாரண்ட் கொடுக்க எனக்கு இன்னும் போதுமான காரணங்கள் கிடைக்கவில்லை. அந்தப் பெண் உங்களுக்கு ஏதாவது கடிதம் எழுதியிருக்கிறாளா? என்னை இவ்வாறு அடைத்து வைத்திருக்கிறார்கள் என்று புகார் சொல்லியிருக்கிறாளா?'

த்ரிபாத்தி, 'யுவர் ஆனர். இந்தப் பெண் ஏஷியாட் விளையாட்டுப் போட்டியில் நூறு மீட்டர் ஓட்டத்தில் முதல் பரிசை நம் தேசத்துக்குக் கொண்டு வந்தவள். இது உங்களுக்குத் நிச்சயமாகத் தெரிந்திருக்கும். இந்தப் பெண் இப்போது கோலாகலமாக வெற்றி விழாக்களில் பங்கேற்றுக்கொள்ள வேண்டியவள். இவளை பேட்டி காணப் பத்திரிகை, டெலிவிஷன், ரேடியோக்கள் எல்லோரும் காத்திருக்கும் போது, இந்தச் செய்தியைப் பாருங்கள்...' செய்தித்தாளைக் காட்டினான்.

'டமிலரசி லீவ்ஸ் ஃபார் மெட்ராஸ். சென்னைக்குப் போயிருப்பதாகச் செய்தி வந்திருக்கிறது?'

'இது பொய், சென்னைக்குப் போகவில்லை. இதோ டெலி பிரிண்டர் செய்தி. அவளை ஏஷியாட் கிராமத்தில் ஓர் அறையில் பூட்டி வைத்திருப்பதை என் கட்சிக்காரர் தன் கண்களால் கண்டிருக்கிறார். கோச் திரு. ராஜ்மோகனைக் கேட்டபோது அவள் சென்னைக்குப் போய்விட்டதாகப் பொய் சொல்லியிருக்கிறார். அவளுடைய நல்வாழ்வில் அக்கறை கொண்டவர் என்கிற தகுதியில் என் கட்சிக்காரருக்கு அந்தப் பெண்ணின் தனிப்பட்ட சுதந்தரம் பறிபோயிருக்கிறது என்று நம்ப நேரடி சாட்சியங்கள் உள்ளன. எனவே தயைகூர்ந்து ஒரு போலீஸ் அதிகாரிக்கு அந்த இடத்தைச் சோதனை போடும்படி ஆணையிடக் கோருகிறோம்.'

'அவள் இங்கே இல்லை என்றால்?'

'என் கட்சிக்காரருக்கு தாங்கள் தீர்மானித்தபடி தண்டனை அளிக்கலாம்.'

'எவ்வளவு நாட்களாக இப்படி?'

'இரண்டாவது தினம் என்று நம்புகிறோம்.'

'ராங்ஃபுல் கன்ஃபைன்மெண்ட்?'

'ஆம். செக்ஷன் திரீ ஃபார்ட்டி படி அந்த ஆள் இரண்டு வருஷம் தண்டனைக்கும் அபராதத்துக்கும் உரியவன்.'

'மூன்று தினங்களுக்கு அதிகமாகச் சிறைப்படுத்தி இருந்தால் தான்.'

'இன்றைக்கு மூன்றாவது தினம்.'

'ஓ.கே. ஐ'ல் இஷ்யூ எ சர்ச் வாரண்ட். அந்தப் பெண்ணை என் முன் கொண்டு வந்து நிறுத்தி அவளை நான் விசாரிக்க விரும்புகிறேன்.'

'அதேதான் நாங்களும் கோருவது. உங்களுக்கு இதற்கு அதிகாரம் இருக்கிறது. செக்ஷன் நைன்ட்டி எய்ட்.'

கோர்ட் விட்டு வெளியே வரும்போது வக்கீல் த்ரிபாத்தி, 'பெண் அங்கேதானே இருக்கிறாள்? இல்லை என்றால் மாஜிஸ்திரேட் ரொம்பக் கோபித்துக் கொள்வார்' என்றான்.

'அங்கேதான் இருக்கிறாள்.'

'கோர்ட்டில் மாமனுக்கு எதிராகச் சொல்லுவாளா?'

'நிச்சயம்.'

'இல்லை என்றால் சரியான வம்பில் நீங்கள் இரண்டு பேரும் மாட்டிக்கொண்டு விடுவீர்கள். இந்தச் செய்தி பரவியிருக்கும். பத்திரிகைக்காரர்கள் எல்லோரும் கோர்ட்டுக்கு நிச்சயம் ஆஜராகி விடுவார்கள்.'

'இப்போது என்ன?'

'வாரண்டை வாங்கிக்கொண்டு போலீஸ் அதிகாரியை அழைத்துக்கொண்டு அந்த இடத்துக்குப் போய் பூட்டைத் திறந்து அவளை விடுதலை செய்து மாஜிஸ்திரேட் முன்னே கொண்டு வரவேண்டும். எனக்கென்னவோ கொஞ்சம் கவலை யாகத்தான் இருக்கிறது. என்னை ஒருவரும் அம்மாதிரி கட்டாயப்படுத்தி அடைத்துப்போட்டு வைக்கவில்லை என்று சொல்லிவிட்டால்?'

'சேச்சே, நான் பார்த்தேன்.'

வெளிக் கதவு திறக்கும் சப்தம் கேட்டு தமிழரசி கண்ணை இறுக மூடிக்கொண்டாள். அவளுள் பொங்கிய கோபமும் அவமான மும் இப்போது ஒரு வேதனை எல்லைக்கு வந்துவிட்டது. மாமா என்ன கேட்டாலும் பதில் சொல்லப் போவதில்லை என்று தீர்மானித்துக்கொண்டாள்.

'ரசி, ரசி, எழுந்திரு. ஊருக்குப் புறப்பட்டுப் போகலாம்.' ராஜ் குரல் கேட்டது.

'ரசி, ரசி, என்ன தூங்குறியா? பாசாங்குத் தூக்கம்தானே?' என்று அருகில் வந்து படுத்திருந்தவளைப் புரட்ட திரும்பிப் படுத்துக் கொண்டாள்.

'கண்ணு, கோவிச்சுக்காதேம்மா. இனி உனக்கு விடுதலை தான். நேரா நாம மெட்ராஸ் போயிட்டு, அப்பா அம்மா அக்கா எல்லாம் பார்த்துட்டு அப்புறம் பாம்பே போறோம். இதப் பாரு, உனக்கு கோச்சிங் கேம்ப்புக்கு ஆர்டர் இப்பவே வந்துருச்சு. என்.ஐ.எஸ். ஸ்காலர்ஷிப் இப்பவே வந்திருச்சு. அப்புறம் பம்பாயில ஒரு பிரைவேட் டோர்னமெண்ட்ல கலந்துக்க அழைப்பு வந்திருச்சு. அப்புறம் சிலோன்ல இருந்து அழைப்பு. ரசி, புறப்படும்மா.'

'...'

'பேச மாட்டியா?'

'...'

‘நிசமாகவே பேச மாட்டியா? இப்ப உன்னைப் பேச வைக்கட்டுமா?’

ரசி அந்தப் பக்கம் திரும்பிப் படுத்தவள், அந்த மௌனத்தைக் கொஞ்சம் கவலையுடன் யோசித்தாள். என்ன செய்யப் போகிறார்? அடிப்பாரா? என்ன வேண்டுமானாலும் செய்யட்டும். நான் ஒரு வார்த்தை பேசப் போவதில்லை.

‘ரசி! இதப் பாரு.’

‘அவள் பார்க்கவில்லை.’

‘மாமாவைப் பாரு கண்ணு! மாமா என்ன செய்யப் போறேன்னு பாரு கண்ணு. இதப் பாத்தியா. நீ அவங்ககிட்ட என்ன விரும்பினியோ அதைக் கொடுக்கப் போகிறேன். பாரு ரசி! திரும்பிப் பாரு! பாசாங்கு பண்ணாதே. உனக்கு இதுவரைக்கும் ஏற்படாத ஒரு அனுபவத்தை உன் மாமன் இன்னிக்குக் கொடுக்கப் போறான்!’

அந்தப் பக்கம் கேட்கும் சப்தங்களை இனம் கண்டுகொள்ள முடியாமல் திகிலில் திரும்பிப் பார்த்தாள்.

ராஜ்மோகன் தன் சட்டையை நீக்கிவிட்டு வெற்றுடம்பில் கறுப்பு மணி மாலை மட்டும் தெரிய, வலுவான புஜங்களுடன் இடுப்பு பெல்ட்டை மெதுவாக நீக்கிக்கொண்டிருந்தார்.

‘வேண்டாம் மாமா! ஒண்ணும் செய்யாதீங்க மாமா, வேண்டாம் மாமா!’

‘உனக்கு வலிக்கவே வலிக்காது. தெரியுமில்லை. தெரியுமில்லை. உன்னைத் துன்புறுத்தவே மாட்டேன். ஆஃப்டர் ஆல் ரசி, நீ எனக்கு முறைப் பெண்ணுதானே?’

‘வேண்டாம் மாமா! வேண்டாம். கெஞ்சிக் கேக்கறேன் மாமா வேண்டாம். நீங்க எதுவேணா சொல்லுங்க, செய்யறேன்.’

‘இந்த மாதிரி சொல்லிச் சொல்லியே டிமிக்கி கொடுத்திருவே. நீ ரொம்ப கெட்டிக்காரப் பொண்ணு. உன்னை என்னைவிட்டு நீங்காமப் பண்ணனும்னா என்னுடைய முத்திரையை உம்மேலே, உனக்குள்ளே பதிச்சே ஆகணும். ரசி, எனக்கு

வேற வழி ஏதும் தெரியலை. வேற எவனோ உன் மேல படறதைவிட உன் மாமனின் ரத்தம் உன்னைக் கலக்கிறது ரொம்ப பெட்டர், இல்லையா கண்ணு! பயப்படாதே. நல்லாவே இருக்கும். நல்லாவே இருக்கும். அப்புறம், அப்புறம் 'மாமா, எப்ப, எப்ப?'ன்னு தினம் தினம் தொந்தரவு செய்ய ஆரம்பிச்சுருவே.'

தமிழரசி எழுந்து சென்று பாத்ரூமுக்குள் ஓடிப்போய் அதன் கதவைத் தாளிட்டுக்கொள்வதைக் காலால் தடுத்தார் ராஜ். 'எங்கடி போயிருவ?'

'எங்கேயும் போகலை. என்னை விட்டுருங்க. என்னை விட்டுருங்க.'

கதவுக்கு இருவரும் போட்டி போட்டார்கள்.

'நான் சொல்றதைக் கேப்பியா?'

'கேக்கறேன் மாமா. நீங்க சொன்னபடி ஓடறேன். பம்பாயிலே, பெங்களூரிலே, பாடியாலாவில எங்க வேணா ஓடறேன். இதப் பாருங்க, ஜாகிங் பண்றேன். இப்பவே ப்ராக்டிஸ் தொடங்கிட்டேன் பாருங்க, பாருங்க!' என்று அங்கேயே இருந்த இடத்தில் பீதியுடன் ஓடிக் காட்டினாள் தமிழரசி.

'ஓடறதைத் தவிர வேற ஏதாவது கேக்குதா உனக்கு?'

'இல்லை மாமா. வேற எதுவும் வேண்டாம்.'

'கால்ல விழுந்து கேக்கறியா?'

'கேக்கறேன் கேக்கறேன்' என்று காலைத் தொட்டாள்.

'அவன் பேச்சைக் கேப்பியா? அவன் பேரு என்ன பேரு?'

'தெரியாது. தெரியாது.'

'பொய் சொல்லாதே, பேர் சொல்லு!'

'மனோ மனோ' என்றாள் பதட்டத்துடன்.

'கிளம்புறியா என் பின்னாடி?'

'கிளம்பறேன், கிளம்பறேன்.'

'பெட்டியில் அடை எல்லாத் துணியையும்! ம், சீக்கிரம்!'

தமிழரசி அவசரமாகப் பெட்டியில் தன் துணிகளை அடைத்துக் கொண்டிருக்க, சற்று தூரத்தில் மனோவும் த்ரிபாத்தியும் ஒரு பாக்கெட் சிகரெட்டுக்காக ஒரு கடையில் ஜீப்பை நிறுத்தியிருந்த இன்ஸ்பெக்டருக்காகக் காத்திருந்தார்கள்.

12

ராஜ்மோகன் அவர்கள் வருவதை ஜன்னலிலிருந்து பார்த்தார். இரண்டு கல்லுளிமங்கன்களும் இன்னும் நம்மை விடவில்லையா? இது என்ன! கூட ஒரு போலீஸ் அதிகாரியை அழைத்துக்கொண்டு வந்திருக்கிறார்கள்?

'ரசி, உன் சினேகிதங்களை வரச் சொல்லி ஏதாவது லெட்டர் கிட்டர் கொடுத்து, தூதுவிட்டியா கண்ணு?'

'சினேகிதங்களா? எனக்கு யாரு சினேகிதங்க?' என்றாள் ரசி.

'என்ன பாக்கிங் முடிச்சுட்டியா? இதப் பாரு. யாராவது வந்து உன்னைக் கேட்டாங்கன்னா மாமா கூட அப்பா அம்மாவைப் பார்க்கக் கிளம்பிக்கிட்டு இருக்கேன்னு சொல்லணும் என்ன?'

'வேறே என்ன செஞ்சிக்கிட்டு இருக்கேன் நான்?'

'இல்லை, அந்த தறுதலைப் பையன் மனோகர் வர்றான். ஏதாவது எக்குத் தப்பா உளறிடாதே.'

இன்ஸ்பெக்டர் மேலே வந்து விடுதியை மேலும் கீழும் பார்த்தார். 'எஸ் இன்ஸ்பெக்டர்?' என்றார் ராஜ்மோகன், பட படப்பு அச்சம் ஏதும் காட்டாமல்.

'தமிழரசி என்று ஒரு பெண்ணை...'

'இதோ இருக்கிறாளே, தமிழரசி! வாம்மா!'

ரசி முகத்தைத் துடைத்துக்கொண்டு உள்ளறையிலிருந்து வெளிப் பட, இன்ஸ்பெக்டர் த்ரிபாத்தியையும் மனோகரையும் மாறி மாறிப் பார்த்தார். 'என்ன மிஸ்டர், இங்கே கதை வேறு விதமாக இருக்கிறது?'

'என்ன விஷயம் சொல்லுங்கள், இன்ஸ்பெக்டர்?'

'இல்லை, இங்கே இந்தப் பெண்ணை அவள் இச்சைக்கு மீறி அடைத்து வைத்திருப்பதாகவும், அவளை மீட்டு வரும்படி யாகவும் எனக்கு மாஜிஸ்திரேட் உத்தரவு இட்டிருக்கிறார்.'

'அடைத்து வைத்திருக்கிறோமா! என்ன அபாண்டம் இது! யார் சொன்னார்கள்?'

'என்ன மிஸ்டர்?'

'இருங்கள்! ரசி, நீ ஊருக்குப் போயிருக்கிறதாச் சொன்னார்களே அது நிசமா?'

'ஊருக்குப் புறப்பட்டுக்கிட்டு இருக்கோம். மாமா, இவங்கள் ளாம்? என்ன கேக்கறாங்க?'

'கேக்கறது ரொம்ப சிம்பிள் ரசி' என்று ஆரம்பித்த மனோகரை தடுத்து, 'இரு. அவர்தான் அதிகாரப்பட்டவர். அவர் பேசட்டும். சொல்லுங்கள் இன்ஸ்பெக்டர். அவளுக்கு இந்தி தெரியாது. இங்கிலீஷ் சரியாகத் தெரியாது. நீங்கள் கேட்கிற கேள்விகளை நான் அவளுக்குத் தமிழில் மொழிபெயர்த்தாக வேண்டும்.'

'இது என்ன குழப்பம்? மிஸ்டர், வாட்ஸ் யுவர் நேம்?'

'ராஜ்மோகன்.'

'ராஜ்மோகன், இந்த பெண் உங்களுக்கு என்ன வேண்டும்?'

'சொந்த அக்காள் மகள்.'

'அட, இதை யாரும் என்னிடம் சொல்லவில்லை. த்ரிபாத்தி! யார் இது? என்ன? ஜோடித்த கேஸை மாஜிஸ்திரேட்டிடம் கொண்டு சென்று என்ன விளையாட்டு இது?'

'இன்ஸ்பெக்டர், ஒரு நிமிஷம் என்னைப் பேசவிடுங்கள்.'

'நீ யார்! நீ யார் இந்த விஷயத்தில் குறுக்கிட?'

'நான் உன்னுடன் பேசவில்லை. இன்ஸ்பெக்டர், ஒரு மாஜிஸ்திரேட் ஆணை இட்டபடி நீங்கள் தீர விசாரிக்க வேண்டியது முக்கியம். இந்தப் பெண்ணை நீங்கள் கேள்விகள் கேட்கலாம். ஆங்கிலம் புரிந்துகொள்வாள். நீங்களே கேளுங்கள். இவள் இல்லை என்று மறுத்தால் எங்கள் மேல் தப்பு சொல்லுங்கள். முதலில் இவளைத் தனிப்பட்டு விசாரிக்க வேண்டியது முக்கியம்.'

'தலைவேதனை! மிஸ், உங்களை அறைக்குள் பூட்டி வைத்திருந்தது உண்மையா?'

'புரியுதா தமிழரசி?'

'புரியுதுங்க.'

'பதில் சொல்லு ரசி. பயப்படாம பதில் சொல்லு. உண்மையைச் சொல்லு.'

ரசி தயக்கத்துடன் ஒரு முறை மாமாவைப் பார்த்தாள். மாமாவின் பார்வை அவளைத் துளைத்தது. உடனே தலையைத் தாழ்த்திக் கொண்டு, 'ஆமாம்' என்றாள்.

'க்யா போல்தி ஹை?'

'ஹான் ஹான் போல்தி ஹை.'

'எத்தனை நாட்களாக அறையில் அடைத்துவைக்கப்பட்டாய்?'

'எத்தனை நாளுன்னு கேக்கறாரு. பதில் சொல்லு ரசி.'

'இன்னைக்கு மூணாவது நாளுங்க.'

'தர்ட் டே ஷி ஸேஸ். தீஸ்ரா தின்!'

'யார் உன்னை அடைத்துவைத்தார்கள்?'

‘அதோ அவர்தான்’ என்று தலையை நிமிராமல் அந்தப் பக்கம் கையைக் காட்டினாள்.

‘ரசி! நன்னி கெட்டுப் பேசற பாத்தியா? நான் உன் மாமன்டி!’

‘எதற்காக அடைத்து வைத்தார்?’

‘என்ன கேக்கறாரு?’

‘எதுக்காகனுட்டுக் கேக்கறாரு. சொல்லு, ரசி தைரியமா.’

‘வந்து... மத்தவங்களோட பழகறதிலே இவருக்கு விருப்பம் இல்லையாம். நான் கெட்டுப் போயிடுவேனாம். நான் தனியா இருக்கணுமாம். எனக்கு எது நல்லதுன்னு இவருக்குத்தான் தெரியுமாம்!’

தமிழரசி சொல்லிக்கொண்டே போக மனோகர் சுறுசுறுப்புடன் மொழிபெயர்த்துக்கொண்டே வந்தான். ராஜ்மோகனின் முகம் சிறுத்துச் சிவப்பாவதை த்ரிபாத்தி கவனித்துக்கொண்டே, ‘கேமரா கொண்டு வர மறந்துவிட்டேனே, சட்!’ என்றான்.

தமிழரசி தன் கைகளைக் கோத்துக்கொண்டாள். நெற்றிப் புருவங்களைப் பின்னிக்கொண்டாள். அவள் கண்களில் லேசாகத் தண்ணீர் ததும்பியது.

‘அடித்தாரா?’ என்று இன்ஸ்பெக்டர் கேட்ட கேள்விக்கு, ‘ஆம்’ என்று தலையசைத்தாள்.

‘அடிப்பாவி? எங்கேடி அடிச்சேன்?’

இன்ஸ்பெக்டர் குறுக்கிட்டு, ‘அதெல்லாம் மேஜிஸ்திரேட்டிடம் பேசிக் கொள்ளுங்கள். எனக்கு இவளை விடுவிக்க வேண்டியது கடமையாகும். மிஸ், என்னுடன் வருகிறீர்களா?’

‘எங்க வரணும்?’ என்று பயந்துகொண்டே கேட்டாள்.

‘சுதந்தரமாகக் காத்தைச் சுவாசிக்கிறதுக்கு. பயப்படாதே ரசி, நான் இருக்கேன். கோர்ட்டுக்கு வந்து உன்னை இந்தாளு என்ன செய்தாருன்னு உண்மையைச் சொல்லிட்டா, அப்புறம் நீ ஃப்ரீதான்.’

ராஜ்மோகன் அவளையே பார்த்துக்கொண்டிருந்தார். ‘மிஸ்டர் மோகன், நீங்க வரணும்னு கட்டாயம் இல்லை’ என்றான் மனோ.

'வரத்தான் போறேன். அவ என்ன சொல்றான்னு கேக்கத்தான் போறேன். ஏண்டி, என்னை விட்டுட்டு அவ்வளவு சுலபமாப் போயிர முடியுமா? அதே கோர்ட்டிலே உன்னை வெச்சு, கேக்க வெச்சு, உனக்காக நான் என்ன பாடுபட்டேன்னு எல்லாத்தையும் கேக்க வைச்சு...'

'அய்யோ, என்னங்க இது?' என்று மனோவைப் பார்க்க -

'பயப்படாதே' என்றான் மனோகர்.

'உங்க எல்லோரையும்... எல்லோரையும்...' என்று அவர் சொல்லி முடிப்பதற்குள் அவர்கள் கிளம்பிவிட ராஜ்மோகன் அவசர அவசரமாக அவர்கள் பின்னால் பேசிக்கொண்டே நடந்தார்.

●

மாஜிஸ்ட்டிரேட் குனிந்து அவளருகில் கேட்டார்: 'உன் பெயர்?'

'தமிழரசி!'

'எப்படி ஸ்பெல்லிங்.'

'டி...ஏ...' அவர் மெல்ல மெல்ல எழுதிக்கொண்டிருக்க அந்தச் சிறிய கோர்ட்டில் கொஞ்சம் கொஞ்சமாகக் கூட்டம் சேர ஆம்பித்து விட்டது. மனோ அருகில் இருந்துகொண்டு, 'பயப்படாதே ரசி, உண்மையை டாண்டாண்ணு சொல்லிரு.'

வக்கீல் த்ரிபாத்தி, 'யுவர் ஆனர். தமிழரசி தன்னுடைய பாஷையில் சொல்வதை அந்த பாஷை அறிந்த என் கட்சிக்காரர் திரு. மனோகரை மொழிபெயர்ப்புக்கு நியமிக்க விரும்புகிறேன்.'

'ஷி அண்டர்ஸ்டாண்ட்ஸ் இங்கிலீஷ்?'

'லிட்டில் லிட்டில்' என்றாள் தமிழரசி.

'தட்ஸ் இனஃப் பார் மி! மை சைல்ட், வாட்ஸ் யுர் ஏஜ்?'

தமிழரசி தன் விரல்களில் எண்ணிக்கொள்வதை விந்தையுடன் பார்த்துக்கொண்டிருந்தார் மாஜிஸ்திரேட்.

'சிக்ஸ்ட்டீன் செவன்டீன் எய்ட்டீன்' என்றாள்.

'ஷி ஈஸ் நாட் எ மைனர் யுவர் ஆனர்.'

‘கீப் கொய்ட். லெட் மி ஆஸ்க் தி கொஸ்சன்ஸ்.’

‘ஹூ இஸ் தட் மான்?’

தமிழரசி பார்த்ததும் பார்வையைத் தள்ளிக்கொண்டு ‘மாமா’ என்றாள்.

‘மாமா, ஓ, ஐ ஃபாலோ. இஸ் ஹி யுர் கோச்?’

‘எஸ்.’

‘டிட் ஹி கீப் யு இன் எ ரூம்? டிட் ஹி கன்ஃபைன் யூ இன் எ ஸிங்கிள் ரூம்?’

‘எஸ்! எஸ்!’ என்றாள் தெளிவாக. ‘ஹி புட் மி இன் ரூம். அண்ட் லாக். ஹி டோன்ட் கிவ் மி வாட்டர். நோ வாட்டர். நோ கானா டூ டேஸ்! நோ, த்ரீ டேஸ்!’ என்றாள் கண்களில் ஈரத்துடன்.

‘டிட் ஹி இல்ட்ரீட் யூ?’

‘என்ன கேக்கறாரு?’

‘கொடுமைப்படுத்தினாரான்னு.’

‘எஸ்! எஸ்! நாட் மச். பட் லிட்டில்! பட் ஆல்வேஸ் ரன் ரன் ரன்! ஸம் டைம் ஹி இஸ் வெரி ஆங்ரி. தட் டைம் ஹி பீட்ஸ்! ஐம் லைக், ஐம் லைக், அது என்ன சொல்வாங்க. அடிமை, ஸ்லேவ் ஸ்லேவ்’ என்றாள்.

மாஜிஸ்ட்ரேட் சற்று நேரம் யோசித்துவிட்டு, ‘த்ரிபாத்தி, இவளை விடுதலை செய்யத்தான் உங்கள் மனுவில் இருக்கிறது. குறிப்பாக இவர் மேல் புகார் தர விருப்பமா உங்கள் கட்சிக் காரருக்கு? ஏனெனில் இந்த பெட்டிஷனை பொருத்தவரையில் இந்தப் பெண்ணை விடுதலை செய்யுமாறுதான் என்னால் பணிக்க முடியும். இவளை அறையில் அடைத்து வைத்தவர் மேல் குற்றம் சாட்ட விரும்பினால் அதைத் தனிப்பட்ட வழக்காக எடுத்துக்கொள்ள வேண்டும். என்ன சொல்கிறீர்கள்?’

வக்கீல் த்ரிபாத்தி மனோவைக் கூப்பிட்டுத் தாழ்ந்த குரலில் சற்று நேரம் பேசிவிட்டு, ‘யுவர் ஆனர், பெண்ணை விடுவித்தால் போதுமானது. அதற்குமேல் என் கட்சிக்காரர் ஏதும் விருப்பப் படவில்லை.’

கேமரா த்ரிபாத்தி மனோவிடம், 'க்யா யார்! கிழவனை விட்டு வைக்கக் கூடாது. இதற்காக அவனுக்குச் சிறை வாசம் கிடைக்கும், தெரியுமா?'

'வேண்டாம் த்ரிபாத்தி. விட்டுவிடலாம்.'

மாஜிஸ்ட்ரேட் தமிழரசியை நேராகப் பார்த்து ஆணையிட்டார். 'உன்னைக் கட்டாயப்படுத்தி அடைத்துவைத்ததிலிருந்து உன்னை விடுவிக்குமாறு ஆணை பிறப்பித்துவிட்டேன். இனி நீ உன் விருப்பப்படி சுதந்தரமாக எங்கு வேண்டுமானாலும் போகலாம். உன்னைக் கட்டுப்படுத்த யாருக்கும் உரிமை கிடையாது. நீ விரும்பிய பாதையில் சொல்லலாம். நீ இனிமேல் சுதந்தரமானவள்.'

ரசிக்கு அவர் சொன்னது புரிந்தது போலத்தான் இருந்தது. மனோ விரைவாக அவளருகில் சென்று, 'வா ரசி, இனிமே உன் இஷ்டப் படி எங்க வேணுமானாலும் போகலாம்னு மாஜிஸ்திரேட்டு சொல்லிவிட்டார்.'

'அவர் சொன்னது புரிஞ்சுதுங்க. ஆனா நான் எங்க போவேன்?'

'நிச்சயம் உங்க மாமாகூடத் திரும்பப் போகவேண்டாம். என்கூட வா. நான் உனக்கு ஏற்பாடு பண்றேன்' என்று அவளைத் தோளில் பற்றி அணைத்துக்கொண்டு, த்ரிபாத்திகளின் கையைக் குலுக்கி விட்டு மனோ வெளியே வந்தான்.

தமிழரசி செலுத்தப்பட்டவள்போல் அவனுடன் வர, சற்றே தயங்கித் திரும்பிப் பார்த்தாள்.

சற்றுத்தூரத்தில் ராஜ்மோகன் கண்களில் கண்ணீருடன் அவர்களைத் தொடர்ந்துகொண்டிருந்தார்.

13

‘அத பாருங்க, மாமா’ என்றாள் ரசி.

‘சரி. மாமா. அதுக்கு என்ன இப்ப?’ என்றான் மனோ.

‘பின்னாலேயே வந்துட்டு இருக்காரு.’

‘டாக்சி! முதல்ல அவரைக் கழட்டிரலாம். கவலைப் படாதே.’

‘இப்ப எங்க போறோம்?’ என்றாள் தயக்கத்துடன். குற்ற உணர்ச்சியுடன் பின்னால் திரும்பிப் பார்த்துக்/ கொண்டு.

‘உனக்கு எங்க போகணும்?’

‘எனக்குத் சொல்லத் தெரியலையே!’

‘இத்தனை நாள் இங்க இருந்தியே, டில்லி சுத்திப் பார்த்தியா?’

‘எங்கே? அதுக்குத்தான் டயமே இல்லையே?’

‘அப்ப முதல்ல டில்லி பார்க்கலாம்.’

‘அவரு?’

‘சரியாப் போச்சு. அவர் எக்கேடு கெட்டுப் போகட்டும்னுதானே கோர்ட்டில கேஸ் போட்டு வாதாடி உன்னை விடுதலை பண்ணிக்கிட்டு வந்திருக்கேன்! தமிழரசி, இனிமே நீ ஃப்ரீ. நீ உனக்கே உனக்கு. சுதந்தரப் பட்சி. உன்னைக் கூண்டில் இருந்து திறந்து விட்டாச்சு. எங்க வேணாப் பறக்கலாம் நீ.’

டாக்சி நிற்க அதனுள் ஏறிக்கொள்ளும்போது மாமா மிக அருகில் நின்றுகொண்டிருப்பதை பார்த்தாள். ‘ரசிக் கண்ணு, ஒரே ஒரு விசயம்.’

‘அதெல்லாம் கிடையாது’ என்றான் மனோ.

‘இருப்பா, இரு. டாக்சி இரு! நான் சொல்லவேண்டியதை...’

அவர் சொல்லவேண்டியதைப் புழுதி மறைத்துவிட, தமிழரசி, ‘பாவம் இல்லை?’ என்றாள்.

‘அந்தாளு உன்னை அடைச்சுவெச்சு சோறு தண்ணி காட்டாம முனிசிபாலிட்டி நாய் மாதிரி ட்ரீட் பண்ணியிருக்காரு. பாவமாவது பாவம். வெட்டணும் அந்த ஆளை. பெல்ட்டால அடிப்பாரா?’

‘அதெல்லாம் இல்லைங்க. கிள்ளுவாரு. அவ்ளவ்தான்.’

‘சரியா ஒடலைன்னாவா?’

‘நான் செயிக்கணும்னு ரொம்ப அக்கறை. அவ்ளவ்தான். மத்ததெல்லாம் அவருக்கு ஒரு பொருட்டே இல்லை.’

‘உணர்ச்சிகள் என்கிறது அகராதியிலேயே கிடையாது. அப்படித் தானே?’

ஜும்மா மஸூதியின் பிரம்மாண்டமான படிகளில் ஏறும்போது ‘டில்லியில் இந்த மாதிரி எல்லாம் இடம் இருக்கா?’ என்றாள்.

ஆயிரக்கணக்கான கோழிகள் பெட்டிகளில் ‘கக்கக்’கிக் கொண்டிருந்தன. சில கூண்டுகளின் தலைகளில் வாத்துகள். சைக்கிள் ரிக்ஷாக்களில் சிக்கலாகப் பின்னிக்கொண்டு இயங்கிக் கொண்டிருக்க, வெள்ளைக்கார டூரிஸ்ட்டுகள் படிகளிலிருந்து பழைய டில்லியின் ஆரவாரத்தைக் கேமராக்களுக்குள் உள் வாங்கிக்கொண்டிருக்க, பேப்பர் கடை, புத்தகக் கடை, மீன் கடை, மோட்டார் உதிரிக்கடை...’

'இந்த இடத்துக்கு என்ன பேரு?'

'நயி டைக்.'

'அப்படின்னா?'

'புதிய பாதை. யாரோ கேலிக்குத்தான் வெச்சிருக்காங்க. இதை விட அழுக்கா, பழசா பாதை இருக்க முடியாது. ஆனா இங்க கிடைக்காதது கிடையாது.'

'நல்லாருக்குங்க.'

'என்னது, மீன் நாத்தமா?'

'இல்லை, ஜனங்களே! அந்தக் குருவி என்ன விலை இருக்கும்?'

கூண்டுக்குள் பறவைகள், வாட்டர் கலரின் விளையாட்டுப் போல், வண்ணத்தில் ஒன்றை ஒன்று மூக்கைத் தேய்த்துக் கொண்டிருந்தன.

'லவ் பேர்ட்ஸ்! இப்ப நம்ம ரெண்டு பேரையும் யாராவது பார்த்தா அப்படித்தான் சொல்லுவாங்க.'

அரை டிராயர் வெள்ளைக்காரன் அவர்களை நிறுத்தி, தன் மனைவியுடன் ஜும்மா பின்னணியில் படம் எடுத்துக்கொள்ள மனோவிடம் க்ளிக் உதவி கேட்டான்.

'எல்லோருக்கும் நீங்க உதவி பண்ணுவீங்களா?'

'உனக்கு எங்க போகணும் சொல்லு?'

'என்னை ஊர்ல கொண்டுவிட்டுருவிங்களா?'

'ஏஷியாட் முடிஞ்ச கையோட.'

'அதுவரைக்கும்?'

'என்னிடம்தான் இரேன், என் ரூம்ல.'

'அய்யோ, நான் மாட்டேன்!'

'பயப்படாதே, ஒண்ணும் செய்யமாட்டேன். ரூம்ல விவேகானந்தர், ராமகிருஷ்ணர் படங்களா மாட்டியிருக்கும்.

ராத்திரி படுத்துக்க. கற்புள்ள அறையாப் பார்த்து ஏற்பாடு பண்ணி வெக்கறேன்.'

'நீங்க எப்பவும் என்னைக் கேலி பண்றீங்களோன்னு தோணுது.'

'செங்கோட்டைக்குப் போகலாமா?'

'அங்க என்ன இருக்கு?'

'இது மாதிரி இன்னொரு மசூதி, கத்தி கபடா மியூசியம், ராஜா சிம்மாசனம், வெள்ளைக்காரங்க.'

'பார்க்கலாங்க' என்றவள், 'அதோ பாருங்க' என்றாள்.

மனோ பார்த்துவிட்டு, 'என்ன இது, இந்தாளு உன்னை விட மாட்டாரா?'

ராஜ்மோகன் சற்றுத் தூரத்திலிருந்து அவர்களையே பார்த்துக் கொண்டிருந்தார். 'சரியான கம்பளிப்பூச்சியா இருக்கானே, உன் வாலை விட மாட்டானா?'

'மாமாவுக்கு என்னை விட்டா வேற ஏதும் கிடையாதுங்க. அய்யய்ய, என்னது! விடுங்க' என்று தன்னை அணைத்துக் கொண்ட மனோவை உதறிப் பார்த்தாள்.

'உன்னைக் கட்டி முத்தம் கொடுத்தாத்தான் அவரு பாக்கச் சகிக்காம விலகுவாறு போல இருக்கு!'

'வராரு.'

'ரசி! ரசி! ஒரு வார்த்தைம்மா. நான் நடந்துகிட்டது தப்புமா தப்பு.'

'அடாடாடாடா! என்னய்யா ரோதனையாப் போச்சு. அதான் கோர்ட்டில் தீர்மானமாயிருச்சு இல்லை? எதுக்காக எங்க பின்னாடி அலையறே? மறுபடி போலீஸ் கம்ப்ளெய்ண்ட் கொடுக்கட்டுமா?'

'நான் பப்ளிக் ரோடில நடந்துகிட்டு இருக்கேன். அதைக் கண்டிக்க நீ யாரு? ரசி, உன்கூடத்தான் பேச்சு. எப்பம்மா திரும்பி வருவே?'

'இனி திரும்பி வரமாட்டா.'

'அவ சொல்லட்டும். அவ சொல்லட்டும்.'

'நீ பேசாதே ரசி.'

'ரசி, நீ எங்க வேணா போய்க்க. வேணாம்ங்கலை. அப்புறம் ஓட வருவல்ல? எப்பம்மா ஓடவருவ? அதையாவது சொல்லேன்.'

'ஓடமாட்டா, ஓட மாட்டா, ஓட்டம் கிடையாது.'

'எப்பம்மா ஓட வருவ? அதைச் சொல்லிரும்மா, போயிர்றேன்.'

ரசி குழப்பமாக இரண்டு பேரையும் மாறி மாறிப் பார்த்துக் கொண்டிருக்க, மனோ அவளை இழுத்துக்கொண்டு ஃபட்ஃபட்டியில் ஏறிக்கொள்ள, அது புறப்பட்டதும் ராஜ் அதனுடன் திறமையாக ஓடிவந்து அதில் தொற்றிக்கொண்டு உள்ளே உட்கார, 'சர்தார்ஜி ரோக்கோ' என்றான் மனோ.

அவர்கள் இறங்கிக்கொள்ள மாமாவும் இறங்கிக்கொண்டார்.

'ரசி, என் கேள்விக்குப் பதில் சொல்லிரு. நான் போயிர்றேன்.'

'ஆல் ரைட். சொல்லு ரசி! பேசு, என்ன வேணுமாம் கல்லுளி மங்கனுக்கு.'

'என்ன மாமா?'

'எப்ப திரும்பி வருவே? நான் செய்தது தப்பு. மன்னிச்சுக்க ரசி!'

ரசி மனோவைப் பார்த்தாள். 'என்னை ஏன் பார்க்கிறே? நீ பதில் சொல்லவேண்டிய கேள்வி இது. நீதான் தீர்மானிக்கணும்.'

'மாமா வந்து... நான் இனிமே உங்ககூட இருக்கறதா...'

'இல்லை. நல்லா அழுத்தமாச் சொல்லேன். கேட்டிங்களா?'

'இனிமே ஓடவாவது ஓடுவியா ரசி?'

'அதை இன்னும் தீர்மானிக்கலை!'

'எப்ப எங்கிட்ட திரும்பி வருவே ரசி?'

'கம் ரசி. இந்தாளு திருப்பித் திருப்பி ஒரே கேள்வியைக் கேட்டுக் கிட்டு இருப்பாரு.'

'நான் வந்து உன்னை... உன்னை...'

அவர் சொல்லி முடிப்பதற்குள் ஆட்டோவில் பாய்ந்துவிட்டான்.

சாந்தினிசௌக் கடந்து சிவப்பு விளக்கிலிருந்து தப்பித்தபோது, பின்னால் வந்த ஆட்டோ தயங்குவதைக் கவனித்து, 'அப்பாடி! கழட்டி விட்டாச்சு. அந்தாளு என்ன மாதிரி?' என்றான்.

'அவருக்கு நான்தான் வேணும்.'

'ஒரு மாதிரி கிராக்குன்னு நினைக்கிறேன். குழந்தைல யாராவது அவரைத் தலைகுப்புறப் போட்டுட்டாங்களா?'

'ஏன்?'

'கண்ணு பாரு, வேறு யாரையும் பார்க்கறதில்லை. உன்னையவே பார்க்குது. நகத்தைப் பாரு. கடிச்சுச் சிதிலமா இருக்கு. உதடு பாரு, துடிக்குது. ஸம்திங் ராங் வித் ஹிம். உன் மேல அவனுக்கு என்ன அத்தனை அப்ஸெஷன்?'

'அப்படின்னா?'

'பிடிவாதம்னு வெச்சுக்கயேன்.'

'எம்மேல இல்லங்க. என் ஓட்டத்தின்மேலதான்னு அவரே சொல்லியிருக்காரு. எத்தனையோ முறை, 'ரசி, நீ ஒரு அருமையான மிசினு'ன்னு சொல்லிருக்காரு. இந்தக் காலுதான் அவருக்கு முக்கியம். காலுக்கு மேல இருக்கிற ஆளு இல்லை.'

'சாக்கிரதையா இருக்கணும். ராத்திரி சுவர் ஏறிக் குதிச்சு வந்து கடத்திக்கிட்டுப் போனாலும் போயிருவாரு.'

'மனோ, எப்படியும் நான் அவர்கிட்ட திரும்பிப் போய்த்தான் ஆகணும்.'

'ஏன், எதுக்கு?'

'ஓடறதை விட்டா, எனக்கு என்ன தெரியும்?'

'அவர் இல்லாமயே ஓடிக் காட்ட முடியாதா? இத பாரு ரசி, நீ ஓடித்தான் ஆகணும்னு கட்டாயம் கிடையாது. உனக்கு ஓடணும் போல இருந்தா ஓடிக்க. அந்தத் தீர்மானத்தை நீ எடுத்துக்க! ஓடறியோ ஓடலையோ, இப்போதைக்கு அது பிரச்னை இல்லை. கொஞ்சம் சுத்திப் பாரு. கொஞ்சம் சந்தோஷமா இரு.'

'மனோ, தாங்க்ஸ் மனோ.'

‘எதுக்கு? சந்தோஷமா இருன்னு சொன்னதுக்கா?’

‘இல்லை மனோ, நிசம்மாவே சந்தோஷமாத்தான் இருக்கேன்!’

‘அந்தக் குருவியை வாங்கியிருந்தா இன்னும் கொஞ்சம் சந்தோஷமா இருந்திருப்பே. அதையெல்லாம் வளர்க்கிறது கஷ்டம்.’

‘வளர்க்கறதுக்கில்லை. வாங்கிக் கூட்டில இருந்து திறந்து வெளிய விட்டுர்றதுக்கு’ என்றாள்.

‘சரிதான். வெளிய விட்டாப் பத்து நிமிஷத்தில செத்துப் போயிரும். காக்கா, பருந்து ஏதாவது அல்வாத் துண்டு மாதிரி கொத்திக்கிட்டுப் போயிரும். சில பறவைகளை எல்லாம் வெளிய விடக்கூடாது!’

‘நான்கூட அப்படித்தானோன்னு கவலையா இருக்குது. வெளியே விட்டுட்டா நான் என்ன செய்யப் போறேன்?’

‘சில செய்யக்கூடாத காரியங்கள் எல்லாம்’ என்று கண்ணிமைத்தான். ‘முதல்ல ஒரு பார்ட்டி. அப்புறம் சினிமா. அப்புறம் உங்கிட்ட பணம் இருக்குதா?’

‘பணம்ங்கறதையே பார்த்தில்லை. எல்லாம் மாமாதான்.’

‘உனக்கு அம்பதாயிரம் ரூபா அவார்டு வந்திருக்கே, தெரியுமா?’

‘தெரியாதே!’

‘அப்படியா! நிசமாவே நீ அந்தப் பறவைதான் ரசி. இதப் பாரு. உன்னை ஆம்பிளைங்க யாராவது... சரி, சரி, எதுக்கு அந்தக் கேள்வி? பதில்தான் தெரியுமே, வாழ்க்கையில ட்ராக் ஸூட்டு, ஷூஸ், ஸ்டாப் வாட்ச் தவிர எதையும் நீ பார்த்தில்லை? எனக்கு ஒருவிதமான யோசனை தோணுது.’

‘என்ன யோசனை?’

‘உன்னைக் காதலிக்கலாமான்னு.’

14

தமிழரசிக்கு வெளிச்சமும் சுதந்தரமும் பிரமிப்பாக இருந்தது. மனோவின் அறை முழுதும் புத்தகங்கள் இறைந்திருக்க, முதல் காரியமாக அவற்றை ஒவ்வொன்றாக எடுத்து அடுக்கிவைக்க ஆரம் பித்தாள்.

‘இவ்வளவு புஸ்தகமா படிக்கிறீங்க?’

‘படிக்கிறேனோ இல்லையோ பக்கத்திலே இருந்தாகணும் எனக்கு. நான் சொன்னது உன்னைப் பாதிக்கவே இல்லையா ரசி?’

‘என்ன சொன்னீங்க?’

‘உன்னைக் காதலிக்கலாம்னு ஒரு உத்தேசம் இருக்கு எனக்கு.’

‘இதென்ன காப்பி டம்ளர், அலம்பாமலே இருக்கு?’

‘காப்பி டம்ளரை விடு. காதலுக்கு வா. காதல் கதை படிச்சதில்லை நீ? சினிமா பார்த்தில்லே?’

‘அதெல்லாம் நிசம்மா நடக்காது. மாமாவுக்கு எல்லாம் வெச்சது வெச்ச இடத்திலே இருக்கணும்.

ஷேவ் பண்ணிட்டு அலம்பாம வெச்சிருக்கீங்களே?'

'அடுத்த முறை ஷேவ் பண்ணிக்கறதுக்கு சௌகரியமா வெச்சிருக்கேன். ரசி, நீ என்னைப் பத்தி என்ன நினைக்கிறே?'

'ரொம்ப நல்ல மாதிரி!'

'ரொம்ப நல்ல மாதிரி' என்று அவளைப் போலவே சொல்லிக் காட்டினான். 'நான் என்ன திராட்சைப் பழமா?'

'திராட்சைப் பழம் பிடிக்குமா உங்களுக்கு? உங்க நண்பர் போட்டோக்காரர் எங்கே?'

'போட்டோன்னப்புறம் ஞாபகம் வந்தது. இதப் பாரு.'

'ஹை! நானு! எப்ப எடுத்தது?'

'எப்ப எடுத்தா என்ன, இந்த போட்டோவை நான் பத்திரமா என் பர்ஸுக்குள்ளே வெச்சிருக்கேனே, அது உனக்குப் புரியலையா?'

'எதுக்கு வெச்சிருக்கீங்க என் போட்டோவை!'

'நாசமாப் போச்சு! உனக்கு யாருமே எதுவுமே சொல்லித் தர லையா?'

'நீங்கதான் சொல்லித் தாங்களேன்.'

'சொல்லித் தரேன், சொல்லித் தரேன். இன்னியிலேர்ந்து முதல் பாடம்! சன்னலைச் சாத்து!'

'ஏன்?'

'மாமா ஏதாவது எட்டிப் பார்க்கும்.'

'நாம இங்க வந்திருக்கிறது அவருக்கு தெரிஞ்சிருக்காது. பாவம்! எப்பங்க திரும்பிப் போறது?'

'மாமாகிட்டயா?'

'இல்லை, அங்க என் துணிமணி எல்லாம் இருக்குது. மாத்திக் கட்டிக்க சீலை இல்லை.'

'இனி அங்க நாம போகப் போறதில்லை. சீலை வாங்கிக்கிட்டாப் போவுது. டில்லியிலே இல்லாத சீலையா?'

'எனக்கு சல்வார் கம்மீஸ் வாங்கித் தர்றீங்களா? அது போட்டுக் கணும்னு ஆசையா இருக்கு. மாமாவுக்குப் பிடிக்கவே பிடிக்காது.'

'வாங்கிட்டாப் போச்சு.'

'காசு?'

'நான் தரேன். கணக்கு வெச்சுக்கலாம்.'

'என்னை ஒண்ணும் செஞ்சுர மாட்டீங்களே?' என்றாள் திடீரென்று.

மனோ ஆச்சரியத்துடன் அவளைப் பார்த்தான். மனோவை நேராகப் பார்ப்பதில் அவளுக்குத் தயக்கம் எதுவும் இல்லை.

'ரிஷ்யசிருங்கரோட ஃபீமேல் வர்ஷன் மாதிரி வளர்ந்திருக்கே! ஓட்டம், ஓட்டம்... அவ்வளவுதான் லைப்ஃல பார்த்திருக்கே! இதப் பாரு ரசி, வாழ்க்கையிலே பார்க்கவேண்டியது நிறையவே இருக்குது.

'தாஜ் மஹால் பார்க்கலாங்களா?'

'நான் தாஜ் மஹாலைச் சொல்லலை.'

'பின்னே?'

'அனுபவங்களைச் சொன்னேன். எங்கிட்ட நீ பயப்பட வேண்டாம். ஆனா நான் உன்னைப் பத்தி என்ன நினைக்கிறேங் கிறதைப் பளிச்சுன்னு சொல்லிடறேன். உங்கிட்ட ஒருவிதமான வசீகரம் இருக்குது. நீ பெண்ணா, சின்னப் பையனான்னு தெரியாததே உன்கிட்ட ஒரு கவர்ச்சியைக் கொடுக்குது. உன்னுடைய அறியாமையே என்னை மயங்க அடிக்கிறது. உன் கண்ணிலே இருக்கிற ஆர்வம், குழந்தைத் தனம்... எவ்வளவோ பெண்களைப் பார்த்திருக்கிறேன். அவங்ககிட்ட கிடையாது. ஆனா அதைப் பயன்படுத்திக்கிட்டு உனக்கு ஒரு வீழ்ச்சியை ஏற்படுத்த விரும்பலை நான். என்னை ஒரு சினேகிதனா நினைச்சுக்கோ.'

'இல்லை, நாம ரெண்டு பேரும் காதல் பண்ணலாம். பரவாயில்லை.'

மனோ சிரித்து, 'காதல் பண்றதுன்னா என்னன்னு நினைச்சுட்டு இருக்கே?'

‘நீங்கதான் சொன்னீங்களே, படத்திலே வர்றமாதிரி ரெண்டு பேரும் ஒரே தேங்காய் இளனி உறிஞ்சிக்கிட்டு கரும்புச்சாறு, பேல்பூரி எல்லாம் சாப்பிட்டுக்கிட்டு ஒருத்தரை ஒருத்தர் கண்கொட்டாமப் பார்த்துகிட்டு...’

‘சபாஷ்! என்ன படம் பார்த்தே?’

‘எல்லாப் படத்திலேயும் அதாங்களே?’

‘நான் ஒரு நல்ல படமா அழைச்சிட்டுப் போறேன் உன்னை இன்னிக்கு.’

தியேட்டரை விட்டு வெளியே வந்ததும் ‘எப்படி இருந்தது?’ என்றான்.

‘புரியவே இல்லீங்க. என்ன பேரு இந்தப் படத்துக்கு?’

‘சாரியட்ஸ் ஆஃப் ஃபயர்.’

‘அப்படின்னா?’

‘நெருப்பு ரதங்கள்ன்னு சொல்லலாம்.’

‘நெருப்பு வரவே இல்லையே! உங்களுக்கு அவங்க பேசினது எல்லாம் புரிஞ்சுதா?’

‘புரியாம என்ன! உன் சப்ஜெக்ட்தானேன்னு அழைச்சிட்டு வந்தேன்.’

‘பழைய காலத்து ஓட்டமா இருக்குது. ஒலிம்பிக் செயிக்கணும்னு அவங்க ரெண்டு பேருக்கும் போட்டி. இதிலே ஒருத்தன்தானே செயிக்கணும். ரெண்டு பேரும் செயிக்கிறாங்களே?’

‘அதான் படத்திலே பிரமாதமான விஷயம்! பாரு. வெற்றி அடையறதுக்கு, எக்ஸலன்ஸுக்கு ரெண்டு முறை, இருக்குன்னு காட்டறாங்க. ஒண்ணு ரொம்பக் கடவுள் பக்தியோட, நம்பிக்கை யோட அதை ஒரு உபாசனையா கடவுள் பணித்த ஒரு கடமையா அணுகறது. ஞாயிற்றுக்கிழமை ஓடறதுக்கு மறுத்துடறான் பாரு...

‘ரெண்டாவது முறை எனிதிங் கோஸ்! இருக்கிறதுக்குள்ளேயே சிறந்த பயிற்சியாளனை வெச்சுக்கிட்டு, ரன்னிங் ரேஸுங்கிறதை ப்ரொஃபஷனலாப் பார்த்து, மாரல்ஸ் எதையும் பற்றிக் கவலையே இல்லாம, ஜெயிக்கிறதையே குறிக்கோளாகக்

கொண்டு அதை அடைய என்ன வேணா செய்யலாம்னு வைராக்கியத்தோட ஜெயித்துக் காட்டறது.'

'ரெண்டு பேரும் ஜெயிக்கறாங்க!'

'உங்க மாமா உன்னைப் பழக்கின முறை ஒண்ணு. அதனால்தான் வெற்றிபெற முடியும்னு எதும் ரூல் இல்லை. ஜெயிக்கிறதுக்கு வேற வழிகளும் இருக்குது.'

இரவு டில்லியின் ஊடே நடக்கும்போது தலைநகரம் அங்கங்கே ஒளிக்கப்பல்களாக ஜொலித்துக்கொண்டிருப்பதை ஆர்வத்துடன் ரசித்தாள். 'இதெல்லாம் பார்க்கவே இல்லைங்க.'

'தினம் எட்டரை மணிக்கே படுத்துட்ட. உங்க மாமா உனக்கு ரெண்டு பக்கமும் பட்டை கட்டியிருந்தார்னு சொன்னேனில்லை.'

'குளுருது.'

'குளுருக்காக என்னைக் கட்டிக்கிறதிலே தப்பில்லை.'

கொஞ்ச நேரம் கழித்து, 'ரசி! யோசித்துப் பார்த்தா எதிலுமே தப்பு இல்லை, தெரியுமோ?' என்றான்.

'உங்க சிகரெட் நான் கொஞ்சம் பிடிச்சுப் பார்க்கவா?'

'சேச்சே! வேண்டாம். ஓட்டக்காரங்க சிகரெட் பிடிக்கவே கூடாது. ஸ்டாமினா போயிரும்.'

'நான் இனிமே ஓடுவது எங்கங்க மனோ? தப்புப் பண்ணிட்டேன்னு தோணுது. மாமா சொல்வாரு, இந்த மாதிரி சினிமா, சினேகிதம், ஆம்பிளைங்க சகவாசம் எல்லாம் உலகத்துலே ரொம்பச் சாதாரணமான விஷயம். பத்து செகண்டிலே நூறு மீட்டர் ஓடறதுக்குத்தான் உன்னைக் கடவுள் படைச்சிருக்காருன்னு.'

'கடவுளுக்கு அதுக்கெல்லாம் நேரம் கிடையாது. இதப் பாரு உனக்கும் நேரமில்லை... வா.'

மறுபடி ராத்திரி இருவரும் பேஸ்மெண்டில் இருந்த ஃபாஸ்ட் ஃபுட் வகை ரெஸ்டாரண்டில் நின்றுகொண்டே சாப்பிட்டார்கள். மனோ அவளுக்கு பான் வாங்கிக்கொடுத்தான். மஞ்சள் ஒளியில் நடக்கும்போது மிகத் தனியான ரஸ்தாவில் ரசி, 'எனக்கு ரொம்ப சந்தோஷமா இருக்குது' என்றாள்.

‘என்ன செய்யணும்போல இருக்குது?’

‘ஓடணும் போல.’

‘ஓ மை காட்!’ என்று மயங்கி விழுவதுபோல பாவனை செய்தான்.

‘தலகாணி போதுமா, கெட்டியா வேணுமா?’

‘கெட்டியாத்தான் இருக்கணும்னு மாமா சொல்வாங்க.’

‘இத பாரு! மாமாங்கிற வார்த்தை இந்த ரூம்ல சென்ஸார் தெரியுமா? சோபா நீளம் போதாது, கட்டில்லே படுத்துரு.’

‘நீங்க!’

‘என்னைப் பத்திக் கவலைப்படாதே நீ. இந்தா போத்திக்க.’

‘உங்களுக்கு?’

‘நீ இருந்தாலே ரொம்ப சூடா இருக்கு. குட் நைட்.’

‘குட் நைட். கொஞ்சம் இருங்க.’

மனோ சற்றும் எதிர்பாராமல் அவன் கன்னத்தில் ஒரு முத்தம் கொடுத்துவிட்டு, ‘எல்லாத்துக்கும்’ என்றாள்.

மனோ முத்தம் பட்ட இடத்தை நம்பிக்கையில்லாமல் தொட்டுப் பார்த்துக்கொண்டு, ‘எதுக்கு?’ என்றான்.

‘எல்லாத்துக்கும் தாங்ஸ்’ என்றாள்.

இப்போது மனோ அவளை நேராகப் பார்த்தான். ‘என்ன அப்படிப் பார்க்கிறீங்க?’

அவள் அருகில் வந்து தோளோடு அவளை அணைத்துக் கொண்டு கழுத்தில் முகத்தைப் பதித்தான். மெல்லக் குனிந்தான். அவளைச் சரித்தான்.

‘வேண்டாங்க, வேண்டாங்க’ என்றாள் ரசி.

‘வேண்டாம்னு சொல்றியே தவிர, என்னைத் தள்ள மாட்டேங்கிறியே?’

‘வேண்டாங்க, வேண்டாங்க.’

‘விளக்குதானே? அணைச்சுரலாம்.’

‘வேண்டாங்க, வேண்டாங்க.’

‘சட்டைதானே? எடுத்துரலாம்.’

இருட்டில் அவன் பாரம் அவளுக்கு மூச்சு முட்டும்போது, ‘முதல்ல கையடிச்சு குலதெய்வம் சாட்சியா உங்க அப்பா அம்மா சாட்சியா சொல்லுங்க. அப்பதான்.’

‘என்ன சொல்லணும்?’

‘என்னைக் கல்யாணம் கட்டிப்பேன்னு சொல்லுங்க... அப்பதான்.’

‘சத்தியமா, சத்தியமா ரசி, உன்னைக் கல்யாணம் கட்டிப்பேன்.’

‘சொன்ன வார்த்தை மீற மாட்டீங்களே? ஏமாத்த மாட்டீங்களே?’

‘மாட்டேன் மாட்டேன்.’

‘வாடா!’ என்றாள்.

ராஜ்மோகன் குளிரையும் பொருட்படுத்தாமல் பி.டி.ஐ. கட்டடத்துக்குச் சென்று விசாரித்தார். அப்புறம் யூ.என்.ஐ., ஆல் இண்டியா ரேடியோ, தூர்தர்ஷன் என்று செய்தியுடன் சம்பந்தப்பட்ட அத்தனை ஸ்தாபனங்களிலும் விசாரித்துக் கொண்டிருந்தார்.

‘மனோங்கிறவர் எங்க இருக்கார்? அவர் வீட்டு விலாசம் என்ன?’

15

காலை வெயில் இதமாகச் சன்னல் வழியே சரிந்து கொண்டிருக்க, தமிழரசி கண் விழித்தபோது, ஒரு நிமிஷம் எங்கிருக்கிறோம் என்று தெரிந்துகொள் வதில் சிரமமிருந்தது. பக்கத்தில் படுத்திருக்கும் மனோவைப் பார்த்து, அட, நான் இவன் படுக்கை யில் என்ன செய்துகொண்டிருக்கிறேன் என்று ஆச்சரியப்பட்டாள். கொஞ்ச நேரத்தில் எல்லாம் நினைவு வந்த பின் முதலில் வெட்கமாக இருந்தது. கன்னத்தில் வலித்தது. தொட்டுப் பார்த்துக் கொண்டாள். எழுந்திருக்க முற்பட்டபோது தன் உள்ளுடைகள் அங்குமிங்கும் சிதறியிருப்பதைக் கவனித்தாள். கண்ணாடியில் பார்த்துக்கொண்ட போது, மேலுதட்டில் காயம் பட்டுச் சற்று வீங்கி யிருந்தது. ஏதோ ஒரு விதத்தில் அவள் சற்றுக் குறைபட்டுப் போய்விட்டதுபோலத் தோன்றியது. இந்தக் காயங்கள், கலைப்புகளையும் தவிர்த்த பின்பும் எப்படியோ ஒரு மாறுதல் வந்துவிட்டது.

அவள் முகத்தருகில் மனோவின் முகம் தோன்றியது. 'குட் மார்னிங், எப்படி இருக்கே?'

'நல்லாத்தான் இருக்கேன்!'

'எப்படி இருந்தது?'

'போங்க!' என்று அவனைக் கோபத்துடன் மார்பில் குத்தினாள்.

'டூத் பேஸ்ட் தரட்டுமா? பல் தேய்க்கிறியா? பாத்ரூம் போயிட்டியா? காத்திருக்கட்டுமா! ச்ச், என்ன இது, உதட்டில் காயம்? சண்டை போட்டியா? யார் கூட? எதுக்கு? அப்புறம் அம்மா தமிழரசி, முதல்ல நகத்தை வெட்டிக்க. வளர்ந்து போச்சு. என்னா ஒரு வெறி பிடிச்ச மாதிரி பிராண்டறே?' திரும்பி ஷர்ட்டைத் தூக்கி முதுகைக் காட்டி, 'இங்கெல்லாம் எரிச்சல். பாரு, எங்க எங்க காயம் பட்டிருக்குன்னு!'

தமிழரசி கன்னத்தில் வெட்கம் சிவக்கக் கீழே பார்த்துக்கொண்டு புன்னகைத்தாள்.

'உனக்கு எங்கெல்லாம் காயம் பட்டிருக்கு. பார்க்க வேண்டாமா?'

'வேண்டாம். நான் இந்த நிமிஷமே ஊருக்குப் போகப் போறேன்.'

'போனாப் போச்சு. அதுக்குன்னு ஸ்பெஷலா ஒரு ரெயில் ஏற்பாடு பண்ணி, வீட்டு வாசல்ல நிப்பாட்டிட்டாப் போவுது.'

'நான் காப்பி போடறேன்.'

'அட, காப்பி போடத் தெரியுமா?'

'ரொம்பக் கேலி பண்றீங்க!'

'கேலி பண்ணுவேன். ஆனா வேலை சுத்தம்' என்றான்.

தமிழரசி தன் முகத்தைக் கைகளால் பொத்திக்கொண்டு பாத்ரூமுக்கு ஓடினாள். ப்ளாஸ்டிக் பக்கெட்டில் வெந்நீர் ஊற்றி விளாவிக்கொண்டாள். தன்மேல் லேசாகக் கதகதப்பான நீர்த்திவலைகள் உடம்பில் பரவி அங்கங்கே வருடிக் கொடுப்பது மனோவின் முந்தைய ராத்திரி விஷமங்களை நினைவுபடுத்தின. அதைப் பற்றி நினைப்பதற்கும் வெட்கப்பட்டாள். 'இன்னிக்கு சத்தியமா கிடையாது. ஏதாவது ஒண்ணு கெடக்க ஒண்ணு ஆயிருச்சுன்னா? யார் பொறுப்பு? இந்தாளானா த்ராட்டில விட்டுட்டுப் போயிருவாரு. சுத்தமா மாட்டேன். தொடாதேன்னு பளிச்சுன்னு சொல்லிரணும். எவ்விதமான சபலத்துக்கும் இடம் கொடுக்கக் கூடாது.

‘துண்டு இருக்குதா?’

‘அடடா, துண்டு இல்லையே!’

‘கதவைத் திற. துண்டு தர்றேன்.’

லேசாகத் திறந்து கையை நீட்டினாள். அந்த கையில் துண்டு வைக்கப்பட்டு, அவள் எதிர்பார்த்தபடி மனோ அப்படியே அந்தக் கையைப் பற்றி இழுத்துக் கொண்டு கதவைத் திறந்துவிட, தமிழரசி உடம்பில் முழுவதும் உடை அணிந்திருந்தாள். ‘நீங்க இந்த மாதிரி செய்வீங்கன்னு தெரியும்.’

அவசர உடைச் சுற்றலுக்கு ஊடே தமிழரசியை மனோ தேடினான். ‘கொடுமைப்படுத்தாதே பெண்ணே. பேசாம வந்துரு. உனக்கும் நல்லது, எனக்கும் நல்லது. சுபிட்சமா இருக்கும்.’

‘அப்புறம், அப்புறம்’ என்றாள்.

‘எப்புறம்?’

‘ராத்திரி.’

‘முத்தமாவது கொடு.’

‘கைலதான் கொடுப்பேன்.’

‘பாவி! வஞ்சகி’ என்று முரட்டுத்தனமாக அவள் மார்பில் முகத்தைத் தேய்த்துக்கொள்ள முயன்றவனைச் சாமர்த்தியமாக அப்புறப்படுத்தப் பார்த்தவள், ‘சன்னல் திறந்திருக்கு!’ என்றாள்.

மனோ சன்னலைச் சாத்தச் சென்றவன், ‘ஓ நோ! வாட் டு யூ வாண்ட்?’ என்றான்.

வெளியே ராஜ்மோகன், ‘மிஸ்டர் மனோகர், நான் ரசிகூட ஒரு நிமிஷம் பேச முடியுமா?’ என்றார்.

‘ரசி தூங்கறா. கொஞ்ச நேரம் பொருத்து நேரு ஸ்டேடியம் வாங்களேன். அங்க பார்க்கலாம்.’

‘இல்லை, அவ எழுந்திருக்கிறவரைக்கும் வெய்ட் பண்றேன்.’

‘யாரு?’ என்றாள் ரசி உள்ளேயிருந்து.

மனோ சைகை காட்ட, ராஜ், ‘முழிச்சுக்கிட்டா போல இருக்கு. திறக்கறீங்களா?’

'பேஜாராப் போச்சு! ரசி, உங்க மாமன் வந்திருக்கிறாரு. நீ அவரைப் பார்க்க விருப்பப்படறியா?'

'ரசி, 'எதுக்காம்?' என்றாள்.

'எதுக்குன்னு கேக்கறா?'

'அவகிட்ட அவளுடைய பர்சனல் பொருட்களை எல்லாம் கொடுக்கணும், கொஞ்சம் பேசணும்.'

'ஓகே. அஞ்சு நிமிஷம்தான் என்ன?' ரசியை அணைத்துக் கொண்டான். 'பயப்படாதே. ஒண்ணும் பண்ணிர முடியாது. நீ எப்பவாவது ஃபேஸ் பண்ணிப் பளிச்சுன்னு சொல்லித்தான் ஆகணும்.'

கதவைத் திறந்ததில் ராஜ் ஒரு நாளில் இளைத்திருந்தார். ஷேவ் செய்யாத முகம். கையில் பை வைத்திருந்தார். கண்களில் தூக்கமின்மை தெரிந்தது.

'உள்ள வாங்க, உக்காருங்க, காப்பி சாப்பிடறீங்களா?'

'ஒண்ணும் வேண்டாங்க. ரசி! ரசி!' என்று அவளை மேலும் கீழும் பார்த்தார். 'நல்லாயிருக்கியா ரசி?'

'சந்தோஷமா இருக்கேன் மாமா. இவரைத்தான் கல்யாணம் கட்டிக்கறதா இருக்கேன்.'

ராஜ் மனோவைப் பார்த்து, 'கொஞ்சம் இவகூடத் தனியா பேச அனுமதிப்பீங்களா?' என்றார்.

'என்ன ரசி, நான் வேணா பாத்ரூம் போய்க் குளிச்சுக்கிட்டு இருக்கேன். ஏதாவது இந்தாளு தொந்தரவு செஞ்சா சப்தம் போடு. என்ன?' என்று குளியலறைக்குள் சென்றான்.

ராஜ் அவளையே பார்த்துக்கொண்டிருந்தார். 'உக்காரலாமா ரசி?'

'உக்காருங்க.'

சுற்றும் முற்றும் பார்த்தார். ஆஷ் ட்ரேயில் சிகரெட் துண்டங்கள் வழிந்தன. ஓரத்தில் மது பாட்டில் இருந்தது.

'ச்ச்ச், என்னம்மா இதெல்லாம்! இதெல்லாம் சாதாரண சனங்களுக்கு. தமிழரசிக்கில்லை. ஆல்கஹால் உதவாதும்மா. சிகரெட் புகை உனக்கு உதவாதும்மா. இத பாரு. உன் லங்

கப்பாசிட்டி வீணாயிரும். எக்ஸர்ஸைஸ் பண்றப்ப மூச்சு வாங்கும். ரசி, நான் சொல்றதைக் கவனமா கேளு நீ. உன் இஷ்டப்படி நடந்துக்க... ஓரளவுக்கு அதுக்கு பர்மிசன் குடுக்கறேன். ப்ராக்டிஸ்க்கு வரியா? ஏரோபிக் எக்ஸர்ஸைஸ் மட்டும் பண்ணிட்டு உன்னைத் திரும்பியும் இங்கேயே கொணாந்து விட்டுர்றேன். அதை விட்டுராதம்மா. கெஞ்சிக் கேட்டுக்கறேன்!'

'அதைப் பத்தியெல்லாம் நான் இன்னும் யோசிக்கலை மாமா.'

'யோசிக்கணும். யோசிச்சே ஆகணும்! நீ கல்யாணத்துக்கு ஏற்பட்டவ இல்லை. எல்லாரும்தான் கல்யாணம் பண்ணிக்கிறாங்க. கல்யாணம் பண்ணிக்கிட்டுப் பெத்துத் தள்ளறது சாதாரண சனங்கரசி. நீ யாரு? நீ சாம்பியன். உனக்குன்னு சாதிக்கிறதுக்கு ஒரு விஷயம் இருக்குது. அதை உன்னால இப்பத்தான் செய்ய முடியும். அதில ஒரு தொடர்ச்சி வேணும். நீ இதுவரை இத்தனை வருஷம் ப்ராக்டிஸ் பண்ணினது எல்லாம் வீணாகக் கூடாது. என்னை உனக்குப் பிடிக்கலை. சரி, அப்படியே இருக்கட்டும். அதுக்காக நீயும் நானும் ஒரு பார்ட்னர்ஷிப் மாதிரி சேர்ந்து அடையப்போற ஒரு லட்சியத்தைக் கலைக்கணுமா? என் கூடப் பேசாதே, என்கூட இருக்காதே, என்னை என்ன வேணா வெறுப்பாப் பேசு, பரவாயில்லை. ஆனா ஓட்டத்தை விட்டுராதே! இந்த தேசமே உனக்காகக் காத்துக்கிட்டு இருக்குதே? வேற யாராவது ஒரு பெண்ணை எடுத்து வளர்த்துப் பயிற்சி கொடுக்கலாம்னா எனக்கு மறுபடி முதல்ல இருந்து தொடங்க திராணியில்லை. உன் மாதிரி மறுபடி இன்னொரு பெண் கிடைப்பாளாங்கறது சந்தேகம். ரசி, வேற ஒண்ணும் வேண்டாம். தினப்படி மூணு மணி நேரம் ப்ராக்டிஸ் பண்ணவாவது வருவியா? சொல்லும்மா?'

'மனோவைக் கேக்கணும்!'

'அவன் யாரு உனக்கு? ஏதோ தெருவில போற தே...'

'மாமா, கொஞ்சம் வார்த்தையை அடக்கிப் பேசுங்க. மனோதான் எனக்கு இப்ப எல்லாம்!'

கோபம் நரம்புகளில் துடிப்பதைக் கஷ்டப்பட்டு அடக்கிக் கொண்டு, 'ஆல்ரைட், அவனையே கேக்கறேன். அவன் சம்மதிச்சா வருவியா?'

'மனோ இடுப்பில் துண்டைக் கட்டிக் கொண்டு வெளியே வர, 'என்ன கேக்கறாரு?' என்றான்.

'மறுபடி இவர்கூட ப்ராக்டிஸ் பண்ணணுமாம். நான் ஓடணு மாம். என்ன சொல்றீங்க மனோ?'

'இம்பாஸிபிள்! கிடையாது! நிக்ஸ்!'

'மனோ! யோசிச்சுப் பாருங்க. உங்களுக்கும் ஸ்போர்ட்ஸ் பத்தித் தெரியும். இந்தப் பொண்ணு சாதிக்கவேண்டியது நிறைய இருக்குன்னு ஒப்புக்கறீங்களா இல்லையா?'

'ம்' என்று தலை துவட்டிக்கொண்டு பனியன் அணிந்து கொண்டான்.

'நான் கேக்கறதெல்லாம் எங்கிட்ட ப்ராக்டிஸ்க்கு மட்டும் அனுப்புங்கன்னுதான்.'

'பாருங்க ராஜ். இவளைப் பத்தி நான் யோசித்து வெச்சுட்டன். இந்தப் பொண்ணை முதல்ல நான் கல்யாணம் செய்துக்கப் போறேன். எந்த மாமா வந்தாலும் அதைத் தடுக்க முடியாது. அதுக்கப்புறம் இவளுடைய எதிர்காலத்தைப் பத்தி யோசிக்கப் போறேன். அப்பகூட இவ ஓடணும்னு தீர்மானிச்சா, அதுக்காக உங்க உதவியை நான் நாடப்போறதில்லை. ப்ராக்டிஸ் பண்றதுக்கு எத்தனையோ வழி இருக்குது. எத்தனையோ கோச்சுங்க இருக்காங்க. எத்தனையோ இன்ஸ்டிட்யூட் இருக்குது. முதல்ல தொடர்ந்து ஓடப்போறாளான்னே இன்னும் தீர்மானிக்கலை. அந்தத் தீர்மானத்துக்கப்புறம்தான் உங்ககிட்ட அனுப்பறதா இல்லையாங்கற பேச்சு வருது. அண்டர்ஸ்டாண்ட்?'

'இவளை வேற ஒருத்தராலயும் ட்ரெய்ன் பண்ண முடியாது. இவளுடைய ஒவ்வொரு அசைவும் எனக்கு அத்துப்படி. இவ என்னுடைய எக்ஸ்டென்ஷன் மாதிரி, மிஸ்டர் மனோகர்.'

'அதெல்லாம் வெட்டிப் பேச்சு. எனி ஒன் கேன் ட்ரெய்ன் ஹர். தேவையிருந்தா நானே ட்ரெய்ன் பண்ணுவேன். தேவையிருந்தால்தான்!'

ராஜ் அவனருகில் வந்து அவன் கையை விரோதமில்லாமல் பிடித்து, 'மிஸ்டர், உங்களைக் கெஞ்சிக் கேட்டுக்கிறேன். கல்யாணம், குடும்பம், குடித்தனம், எல்லாம் சாதாரண ஜனங்களுக்கு ஏற்பட்டது. இது ஒரு வேகமான தேவதை. இவ பெண்ணில்லை. மனுஷ அம்பு! இவளை நீங்க ஒரு சம்பிரதாய வாழ்க்கைக்கு உட்படுத்தினீங்கன்னா மிகப் பெரிய தவறு

இழைக்கிறீங்க. இந்த தேசத்துக்கே மிகப் பெரிய தவறு இழைக்கிறீங்க!'

'ரொம்பப் பெரிய வார்த்தைகள்ளாம் உபயோகிக்காதீங்க. எனக்கு இவளை வெச்சுக்கிட்டு என்ன செய்யறதுன்னு நல்லாவே தெரியும்! போய்ட்டு வாங்க' என்று ரசியின் கன்னத்தில் முத்தமிட்டான்.

'என்ன ரசி?'

'அதான் சொல்லிட்டாரில்லை?'

'இத பாரு ரசி, உன் மனசு நிச்சயம் மாறும்னு நம்பிக்கை இருக்கு. எல்லாத்தையும் யோசிச்சுப் பாரு. நான் மறுபடியும் வர்றேன்.'

'நீங்க வரவேண்டாம். வேணுமின்னா கூப்பிட்டு அனுப்பறோம்!'

'உன்னை நான் கொடுமைப்படுத்தினது உண்மைதான். அதுக்காக...'

'அடப் போய்யா! சுத்திச் சுத்தி வளைச்சுக்கிட்டு!'

'இந்தா, உன் துணிமணியெல்லாம் கொண்டு வந்திருக்கேன். உன் ஞாபகத்துக்கு ஒரே ஒரு ஸாரி வெச்சுக்கிட்டு இருக்கேன்.'

'வெச்சுக்க!' என்று சிரித்தான் மனோ.

அந்தப் பையை வாங்கிக்கொள்ளும் போது சற்றும் எதிர்பாராமல் ராஜ் குனிந்து மனோகரின் பாதங்களைப் பிடித்துக்கொண்டார். கண்களில் பொல பொலவென்று நீர் உதிர, 'தம்பி! இவளை விட்டுருப்பா. நான் இனிமே கொடுமைப்படுத்தலை. விட்டுரு தம்பி! அவ எனக்கு வேணும்! அவ இல்லாம எனக்கு வேற வாழ்வு கிடையாது. ப்ளீஸ் விட்டுருங்க! சொல்லு ரசி! எங்கூட வந்திரு ரசி. எனக்கு வேணும் ரசி! ரசி! ரசி..'

16

மனோகர் அந்தச் செயலை எதிர்பார்க்கவில்லை. வயசான ஆசாமி இவ்வளவு அழுவானா என்று ஆச்சரியமாக இருந்தது. தமிழரசி அவருடன் சேர்ந்துகொண்டாள். மூக்கைச் சிந்திச் சிந்தி, ‘மாமா, எதுக்காக மாமா அழுவறீங்க? என்ன மாமா ஆயிருச்சு? உஸ் உஸ்...’ என்றாள்.

‘சரிதான். ரெண்டு பேருக்கும் வீப்பிங் காம்பெட்டிஷனா?’

‘பின்ன ரசி, என்கூட வந்துரு ரசி. உனக்கு இதெல்லாம் உதவாது’ என்றார்.

‘வந்துர்றேன் மாமா.’

‘ரசி, கன்னத்தில் என்ன காயம்?’ என்றான் மனோகர்.

ரசி காயத்தின் காரணம் ஞாபகம் வந்து, ‘வந்துர்றேன். மாமா சீக்கிரம் வந்துருவேன். நீங்க....’

‘போங்க’ என்றான் மனோகர்.

‘இத பாருப்பா. இந்தப் பொண்ணு குடிக்கக் கூடாது.

சாப்பாட்டில ரொம்ப கவனமா இருக்கணும். மாமிசம் எல்லாம் கூடாது. காலைல எலுமிச்சம் பழச் சாறு...'

'ஓக்கே. ஓக்கே. பாதி புழிஞ்சுட்டு மற்ற பாதியை உங்களுக்கு அனுப்பறேன். போய்ட்டு வறீங்களா? பொட்டை மாதிரி அழுவாதீங்க. சட்டைல துடைச்சுக்கறீங்களா, இல்லை கைக்குட்டை தரட்டுமா?'

'விட்டுருப்பா, விட்டுருப்பா.'

'மாமா, இந்தாங்க.'

திடீரென்று தமிழரசியின் அருகில் வந்து அவள் கையைப் பிடித்து இழுத்தார்.

'இதானே வேணாங்கறது. இப்பதானே கோர்ட்டிலே கேஸ் போட்டுக் கூட்டிட்டு வந்திருக்கன். மிஸ்டர் ராஜ்மோகன், நீங்க இந்தப் பெண்ணை வளர்த்த விதமே தப்பு. வெளியுலகம் தெரியாம வளர்த்திருக்கீங்க. ஓடறதைத் தவிர எதுவுமே தெரியலை. ஓட வேண்டியது, ஜெயிக்க வேண்டியது எல்லாமே முக்கியம்தான். ஆனா அதுக்காக மனிதத் தனத்தை இழக்கக் கூடாது. சில மென்மையான உணர்ச்சிகளை இழக்கக் கூடாது. எதையுமே எந்த லட்சியத்தையுமே அடையலாம். அதுக்கு என்ன விலை கொடுக்கறோம்ங்கிறதுதான் முக்கியம். ஆத்மாவை வித்துட்டுக் கிடைக்கிற எதுவும் ஓர்த் இல்லை. இவளுக்குப் பல சந்தோஷங்கள் தெரிய வேண்டியிருக்கு. உங்ககூட வந்தா நல்லா ஓடுவா, ஆனா பைத்தியம் புடிச்சிரும்...'

'இல்லப்பா, காயிதத்திலே எழுதிக் கொடுக்கிறேன். இவளை நல்லா வெச்சுக்கறேன்.'

'போறியா ரசி? மூக்கிலகூட காயம். யாரோ கடிச்சா மாதிரி?'

வெட்கத்தில் கன்னம் சிவக்கப் பேசாமல் இருந்தாள்.

'பதில் சொல்லு. அவர் அழுது முடிச்சுட்டுக் காத்துக்கிட்டு இருக்காரில்லை.'

'மாமா, நான் இப்ப வரலை.'

'எப்ப வருவே ரசி?' என்று கண்களில் கெஞ்சலுடன் கேட்டார்.

'அடுத்த ஞாயிற்றுக்கிழமை ஏஷியாட் முடிஞ்ச கையோட நாங்க பெங்களூர் போறம்.'

'எதுக்கு?'

'எதுக்கு? தேனிலவுக்கு! கல்யாணம் பண்ண கையோட!'

'ரசி, நீ இந்தாளைக் கல்யாணம் பண்ணிக்கப் போறியா?'

'அப்படித்தான் ஐடியா' என்றாள்.

'ரசி?'

'மாமா, என்னிக்காவது ஒருநாள் கல்யாணம் செய்துக்க வேண்டாமா நானும்?'

'செஞ்சுக்கணும்தான் ரசி. ஆனா ஒலிம்பிக்குக்கு அப்புறம். தங்கம் கிடைச்சதுக்கப்புறம்.'

'ஏஷியாடிலே வாங்கியாச்சே! போதும்.'

'ஏதோ மயக்கத்திலே பேசற மாதிரிப் பேசறே ரசி. நீ சாதிக்க வேண்டியது.'

'ரொம்ப இருக்கு. சொல்லியாச்சு, மிஸ்டர் ராஜ்மோகன். அவ சாதிக்க வேண்டியதைச் சாதிக்க வெக்க வேண்டியது என் பொறுப்பு.'

இப்போது ராஜ்மோகன் மிகவும் பதற்றத்துடன், 'ரசி நான் உங்கப்பனுக்குத் தந்தி அடிக்கப் போறேன்.'

'அடிச்சிக்கிங்க.'

'அவங்க ஒப்புத்துக்க மாட்டாங்க.'

'மாட்டாட்டிப் போறாங்க. ரசி மேஜர் பொண்ணு. அது இஷ்டப்படி கல்யாணம் பண்ணிக்க அதுக்கு உரிமை இருக்கு. இல்லையா கண்ணு?'

'ரசி, அவசரப்படாத. உங்கப்பா அம்மாவுக்கு தெரியாம...'

'எங்க அப்பா அம்மாவுக்குத் தெரியாம நீங்க எத்தனை இடத்துக்குக் கூட்டிப் போயிருப்பீங்க? எத்தனை கொடுமைப் படுத்தியிருக்கீங்க?'

'நான் உன் மாமன் ரசி. எங்கூட வளர்றதாத்தானே பேச்சு?'

'இனிமே இதெல்லாம் பழசு மிஸ்டர் ராஜ். எதுக்காக எல்லார் டயத்தையும் வேஸ்ட் பண்ணிக்கிட்டு இருக்கீங்க. அட்ரஸ் வெச்சுட்டுப் போங்க, லெட்டர் போடறோம் என்ன?'

ராஜ்மோகன் தமிழரசியின் ஸாரியைக் கையில் பிடித்து அதைத் தன் முஷ்டிக்குள் சுழற்றி இறுக்கினார்.

'கிழிச்சுறப் போறிங்க. அவ ஞாபகத்துக்கு வெச்சுக்குங்க.'

'வரேன் ரசி. போய்ட்டு வரேன். ரசி, என்னை ஞாபகம் வச்சுக்க. ஞாபகம் வச்சுப்பியா?'

'உங்களை மறக்க முடியுமா மாமா? கல்யாணத்துக்கு வாங்க' என்றான் மனோ. அவர் போனதைப் பார்த்துக்கொண்டே, 'இந்தாளு உடனே உங்கப்பா அம்மாவுக்குத் தந்தி அடிப்பான். அவங்ககிட்ட இருந்து ஏதாவது எதிர்ப்பு வரத்துக்குள்ள உன்னை நான் கல்யாணம் செய்துகிட்டே ஆகணும்' என்றான்.

'அப்பா அம்மாவைப் பார்த்தே ரெண்டு வருஷம் ஆச்சு. என்னை இவர்கிட்ட வித்தாப்பல கை கழுவி விட்டுட்டாங்க.'

'அதான் சொன்னியே, நிறையப் பொண்ணுங்க வெச்சிருக்காங் கன்னு. அங்கேயே இன்னும் நின்னுக்கிட்டு இருக்காரு. உன்னை விடமாட்டாரு போல இருக்கே.'

'அவருக்கு என்ன செய்யறதுன்னு தெரியலை.'

ஜன்னலுக்கு வெளியே ராஜ்மோகன் ஒரு பார்க் பெஞ்சில் உட்கார்ந்துகொண்டு அவர்கள் வீட்டைப் பார்த்துக் கொண்டி ருப்பது தெரிந்தது. மனோ இங்கிருந்து கையசைத்தான். 'நல்ல ஆசாமி! இவரை உதர்றது ரொம்பக் கஷ்டம். சொல்லாம கொள்ளாம இந்த ஊரை விட்டுக் கிளம்பினாத்தான் சரிப்படும். எங்க கிராமத்துக்கு வரியா போயிரலாம்?'

'அது எங்க இருக்கு?'

'எனக்கே தெரியாது. மேப்பில தேடணும். பாரு ரசி, இப்ப வெளியே போகப் போறம். அந்தாளு இருக்கிறதையே கவனிக் காம நடந்து போகணும். என்ன சரியா?'

'சரி' என்றாள் தயக்கத்துடன்.

இந்தியாவின் சரித்திரத்திலேயே மிகப் பெரிய காட்சி. 'ஜேஎஸ்' என்று அலட்சியமான எழுத்துக்கு மேலே தீபம் இன்னும் எரிந்து கொண்டிருக்க, எழுபத்தைந்தாயிரம் பேர் மத்தியில் அப்புவின் நடனமும் வண்ணங்களுக்குப் போதை வந்துவிட்டது போல நாட்டியங்களும் துல்லியமாக பாண்டு வாத்தியக்காரர்களின் உணர்ச்சிகரமான ரவி சங்கரின் ஸ்வாகதம் சங்கீதமும் மெதுவாக நிறமிழந்து கருகும் வானமும் எலக்ட்ரானிக் எழுத்துக்கள் அப்புவுக்கு விடை கூறி ஸியோலில் சந்திப்போம் என்று ஆறுதல் கூறியதும்...

'ரசி! அழறே?'

'இனிமே இந்த மாதிரி ஒரு விழா நடக்குமா?'

'ஒலிம்பிக்கே கொண்டு வரப்போறாங்க. ஏன் கவலைப்படறே? நீ வேற எதையோ நினைச்சுக்கிட்டு அழறே. என்ன சொல்லு?'

'மாமா.'

'சரியாப் போச்சு. மறக்க மாட்டியா?'

'மறக்கறதுக்கு இல்லங்க, என்னதான் கொடுமைப்படுத்தி னாலும் அவரைப் பார்க்காம முகத்தைத் திருப்பிக்கிடறதுக்கு என்னமோ போல இருந்துச்சுங்க. அவர் முகத்தில கோபம் எல்லாம் போயிருச்சு. ஏதோ ஒரு பயம்...'

'ஆமாம், உன்னை இழந்துட்டோம்னு அவருக்குத் தெளிவாகத் தெரிஞ்சு போச்சு. எல்லாத்துக்கும் அவர்தான் காரணம்?'

'மன்னிச்சுக்க, மன்னிச்சுக்கன்னு எத்தனை முறை சொல்லிட்டாரு!'

'டூ லேட்! என்ன பண்ணணும்னா கொஞ்சம் நாள் அவர் கூட.... குளுருதா? ரூமுக்குப் போய்க் கொஞ்சம் பிராந்தி சாப்பிட்டா...'

'பிராந்தி ஏதும் சாப்பிடக் கூடாதுன்னு மாமா சொல்லியிருக்காரு.'

'இத பாரு ரசி. இந்த நிமிஷத்தில் நீ தீர்மானிக்கனும். உனக்கு மாமா வேணுமா. நான் வேணுமா?'

'ரெண்டு பேரும் வேணும்போல இருக்குங்க. ஒரு கோணத்தில அவரைப் பார்த்தா பாவமா இருக்கு.'

'சரியாப் போச்சு. அவருக்கு ஒரு ஃபர்லாங் தூரம்கூட எனக்கு உதவாது. அவரை நீ துறந்துதான் ஆகணும். ஓட்டப்

பயிற்சிங்கிறது வேற விஷயம். அதை அப்புறம் தீர்மானிச்சுக் கலாம். ஆனா அவர் இல்லாம வாழ நீ பழகிக்கணும்.'

'அவர் இப்ப எங்க போவார்?'

'எங்கயும் போகலை. அதோ அந்த வரிசையில் இருந்து நம்ம ரெண்டு பேரையும் பார்த்துக்கிட்டுத்தான் இருக்கார்.'

'எங்கே, எந்த வரிசை?'

'ஏதோ வரிசை. அந்தாளு ஒரு நட்டு!'

'நட்டுன்னா?'

'மறை கழண்டவருன்னு அர்த்தம். மற, எனக்கு முக்கியமா நேத்திக்கு விட்டுப்போனதைத் தொடரணும்.

'என்ன, ஏதாவது ரிப்போர்ட்டா?'

'இல்லை.' காதோடு சொன்னான்.

தமிழரசி கண்களை வெட்கத்துடன் பொத்திக்கொண்டாள்.

'கண்ணைத் திறந்து பாரு. அப்புவை வீட்டுக்குக் கூட்டிட்டுப் போறாங்க.'

வான விளிம்பில் மறைவின் செய்தி இருந்தது. அத்தனை பேரிடமும் பிரிவின் சோகம் இருந்தது. கோலாகலங்களுக்கு முடிவுக்காலம் வந்து நாளையிலிருந்து அவர்கள் தத்தம் சலிப்பான வாழ்க்கைக்குத் திரும்பவேண்டும். கொஞ்ச நாள் இதைப்பற்றிப் பேசலாம். கொஞ்ச நாள் டிவி பார்க்கலாம். அதற்குப்பின் எல்லாம் அழிந்துவிடப் போகிறது. முதலில் ஞாபகங்கள், பிறகு ஞாபகங்களும் மழுங்கிப் போய்...

மனோ டெலிபோனில் பேசிக்கொண்டிருந்தான். ரசி அவன் தலைமயிரைக் கலைத்து விளையாடிக் கொண்டிருந்தாள். 'பூட்டா சிங்கோட இண்டர்வ்யூ! ஏன் சார், வேற யாரும் அகப் படலையா உங்களுக்கு? ஓக்கே, செய்துர்றேன். த்ரிபாத்தியை எங்கயாவது சேகரிச்சுக் காலைல அனுப்பிச்சிருங்க.'

டெலிபோனை வைத்ததும் தமிழரசியை நேராகப் பார்த்தான். 'பசிக்கலை உனக்கு?'

'இல்லை.'

'எனக்கு பசிக்கிறது. எங்காவது போய்ச் சாப்பிடலாம்.'

'இல்லை, இங்கேயே ஸ்டவ் எல்லாம் இருக்குதே. நான் சமைக்கிறேன்.'

'எனக்கு சமைக்கிற பெண்டாட்டி வேண்டாம்.'

'நான் சமையல் நல்லாவே செய்வேன். சின்ன வயசிலிருந்தே அம்மா சொல்லிக் கொடுத்திருக்காங்க.'

'ரொட்டி செய்வியா?'

'இல்லை ரசம், சாம்பார் இப்படித்தான்.'

'சரி, ஏதாவது செய். சீக்கிரம் சாப்ட்டுட்டுப் படுத்துரலாம்.'

'ஏன் தூக்கம் வரதா?'

'தூக்கமா, இன்னிக்குத் தூங்கறதா இல்லை.'

'ஏன்?'

'நேத்திக்குப் பார்த்ததெல்லாம் ரிவிஷன் பண்ணவேண்டாமா? ஏய், எங்க ஓடறே?' இருட்டில் மெலிதாகத் தெரு விளக்கின் வெளிச்சத்தில் மனோகர், 'இந்த உடம்புதான் இந்த ஓட்டம் ஓடுதா?' என்றான்.

'ரசி, இப்ப நாம ரொம்ப தூரம் ஓடப் போறோம். ரெண்டு பேரும் ஓடப்போறோம். ஓடி, அந்த மலை உச்சியிலே ஒரே ஒரு பூ இருக்குது. பறிக்கப்போறோம். பறிக்கிறப்ப வலிக்கும்...'

'பரவாயில்லை' என்றாள்.

அவன் கையுடன் தன் கையை இணைத்துக்கொண்டு அதை முறுக்கி வளைத்து வீழ்த்தியபோது டெலிபோன் மணியடித்தது. படுக்கையிலிருந்தே அதைப்பற்றி, 'அலோ' என்றான்.

'மிஸ்டர் மனோகர்! இஸ் டமிரலசி வித் யூ?'

17

மனோ டெலிபோனில், 'ஆமாம், இங்கேதான் இருக்கிறாள்' என்றான்.

'உடனே அவளை அழைத்துக்கொண்டு ஏஷியாட் கிராமத்துக்கு வருகிறீர்களா? காவல் துறையில் இருந்து பேசுகிறோம்.'

'ஏன் என்ன விஷயம்?'

'என்ன மனோ? யாரு? வாங்களேன் சீக்கிரம். அப்றம் பேசலாம்' என்றாள் தமிழரசி. சொகுசான பூனைக் குட்டி போலப் படுத்திருந்தாள்.

'இஸ் இட்?' என்றான் மனோ. அவன் நெற்றியில் லேசாக வியர்வை பனித்திருந்தது.

'வரேன். உடனே வரேன்' என்றான்.

'என்ன மனோ, சொல்லுங்களேன்.'

'ரசி, எழுந்திரு, ட்ரெஸ் பண்ணிக்க.'

'எங்க போகப் போறோம். கல்யாணம் பண்ணிக் கவா?'

'இல்லை, உங்க மாமாவைப் பார்க்க.'

'இப்பவா? இந்த ராத்திரியிலா?'

'ஆமாம். சீக்கிரம் கிளம்பு.'

'நீங்க போயிட்டு வாங்க. காலைல நான் பார்த்துக்கறேன்.'

'முட்டாள் பெண்ணே. உங்க மாமா இறந்து போயிட்டாராம்.'

ரசி உடம்பு முழுவதும் விழிப்புக் கண்டவள்போலப் பதறி எழுந்திருந்தாள். 'என்னது! என்ன சொல்றீங்க மனோ? எப்ப? என்ன ஆச்சு?'

குரல் நடுங்கியது.

'போலீஸ்காரங்க போன் பண்ணியிருந்தாங்க. விவரமாச் சொல்லலை. தற்கொலை மாதிரித் தெரியுது. ரசி இதப் பாரு. இப்பவே அழவேண்டாம். அங்க போய் அழுதுக்கலாம். அந்தாளு என்ன அப்படியா? இவ்வளவு சீரியஸாவா எடுத்துப்பான்? எனக்குப் புரியவே இல்லை. ரசி, அழாத, அவரு வந்து, 'சே, என்ன சொல்லுவேன். அவரு ஒரு பைத்தியம்மா!'

'மாமா ஆ, ஆ, ஆ!' என்றாள்.

'வாயைப் பொத்திக்க. அங்கே போய் விஷயம் பார்க்கலாம். நீ வரியா, இல்லையா? உன்னால இதைத் தாங்கிக்க முடியுமா? காலைல பாத்துக்கறியா? த்ரிபாத்தியை உனக்குத் துணை வெச்சுட்டு நான் போய்ப் பார்த்துட்டு வரவா?'

'வேண்டாம். நான் வரேன். என்ன, எதுக்காக இப்படிச் செய்துட்டாரு? அய்யோ, நான் இப்படி ஆகும்னு எதிர்பார்க்கவே இல்லையே.'

டாக்சியில் போகும்போதெல்லாம் விசித்து விசித்துக்கொண்டே வந்தாள். சர்தார்ஜி அடிக்கடி திரும்பிப் பார்த்தார். 'என்ன செய்யறதுன்னு தெரியலை. என்ன நினைக்கிறதுன்னே தெரியலை. ரசி, இவ்வளவு சீரியஸா எடுத்துப்பாங்களா விஷயத்தை? என்ன போச்சு, உன்னை அவர்கிட்ட இருந்து பிரிச்சதுக்காக இப்படியா?'

மௌனமாக விழித்திருந்த தாழ்வுக் கட்டடங்களுக்கு இடையில் டாக்சி சென்றது. பிரமாண்டமான ஏஷியாட் டவரில் பல்லாயிரம் காலன் தண்ணீர் தத்தளித்துக்கொண்டிருந்தது. ஆட்டக்காரர்கள் குதூகலமாக உலவிக்கொண்டிருந்த அந்த அறுபத்து நான்கு ஏக்கர் பிரதேசத்தில் ஒரு மூலையில் ஒரு ப்ளாக்கின் அருகில் ஜீப் நின்று கொண்டிருந்தது. பத்து பதினைந்து பேர் சுற்றிலும் நின்று கொண்டு அந்தக் கட்டடத்தின் மாடியை நோக்கிக் கொண்டிருந் தார்கள். ஆம்புலன்சின் தலைமேல் நீல விளக்கு சுழன்று கொண்டிருந்தது.

மனோ இறங்கி, 'ரசி, நீ இப்ப வர வேண்டாம். நான் முதல்ல போய்ப் பார்க்கறேன். சர்தார்ஜி, ஜரா இதர் ஹி டைர்னா.'

'க்யா ஹுவா ஸாப்?'

'நானும் வந்துர்றேன் மனோ. உங்ககூடவே இருக்கேன்.'

'ரசி, சொல்றதைக் கேளு. முதல்ல போய்ப் பார்த்துட்டு உடனே வர்றேன். இந்தா...'

'நானும் வரேன் மனோ' என்றாள் அழுகையுடன்.

'வெய்ட் யூ ஸ்டுப்பிட் கர்ள்! நீ பார்க்கக்கூடிய நிலையிலே இருக்காரான்னு முதல்ல நான் பார்க்கணும். இரு இங்கயே!'

மனோ மெல்ல மாடியை அணுகினான். கதவோரத்தில் ஒரு போலீஸ் அதிகாரி காத்திருந்தார். கதவு பாதி சாத்தியிருந்தது. உள்ளே விளக்கு எரிந்தது.

'மிஸ்டர் சோப்ரா?'

'யார் நீங்க?'

'என் பேர் மனோகர், தமிழரசியைக் கூட்டி வந்திருக்கிறேன்.'

'இஸ் ஷி ஹியர்?'

'கீழே இருக்கிறாள். முதலில் நான் பார்க்க விரும்புகிறேன். அதிர்ச்சியைத் தாங்கிக்கொள்வாளா என்று தீர்மானிக்க வேண்டும்.'

'உள்ளே வாருங்கள்.'

உள்ளே மனோ எதிர்பார்த்த காட்சி இல்லை. ராஜ்மோகன் கட்டிலில் தூங்குவது போல்தான் படுத்திருந்தார். முகம் மட்டும் நீலமாகியிருந்தது. கண்கள் மூடியிருந்தன. கையைக் கட்டிக் கொண்டு படுத்திருந்தார்.

'மை காட்! எப்படி, எப்படி?'

'டேக்கன் ஸம் பாய்ஸன்! அப்படித்தான் இருக்கவேண்டும்' என்று அருகில் வைத்திருந்த சிறிய கண்ணாடி சீஸாவை எடுத்து முகர்ந்து பார்த்தார். 'வாந்தி எடுத்திருக்கிறார்.'

மனோ கிட்டப் போய்ப் பார்த்தான். முகம் வீங்கியிருந்தது. வாய் ஓரத்திலும் மூக்கிலும் நுரை கலந்த ரத்தம் தென்பட்டது. அறையில் லேசாகக் கிரஸின் வாசனையும் கடுகு வெடித்தாற் போல் வாசனையும் இருந்தன.

'டயாஸினான்!' என்றார் மஃப்ட்டியில் இருந்த ஒருவர். 'பாட்டில் இங்கேயே இருக்கிறது.'

'கடிதம் எழுதி வைத்துவிட்டுப் போயிருக்கிறார்' என்றார் போலீஸ் அதிகாரி. 'தமிழரசி எங்கே?'

'கூப்பிடுகிறேன்' என்று சொல்லி முடிப்பதற்குள் அறை வாசலில் விசும்பல் ஒலி கேட்டது.

'ரசி, வந்துட்டியா? உள்ளே வா.'

'கம் கம் டமில்ரசி! இந்தக் கடிதம் உங்களுக்குத்தான் எழுதப்பட் டிருக்கிறது. தமிழில் உங்கள் பாஷையில் எழுதியிருக்கிறது. ஆங்கிலத்திலும் போலீஸுக்கு ஒரு குறிப்பு எழுதி வைத்திருக் கிறார். இது அவர் கையெழுத்துதானா பாருங்கள்.'

'ஃபேட்டல் டோஸ்! இருபத்தைந்து மில்லிகிராம் போதும். ஆளை அடித்துவிடும். அரை மணியிலிருந்து மூன்று மணி நேரத்துக்குள் ஆள் காலி.'

ரசி தயங்கித் தயங்கிக் கட்டில் அருகில் வந்து, 'மாமா, ஏன் மாமா இப்படிச் செய்துட்டீங்க? எதுக்காக மாமா? செத்துப் போகும் படிக்கு நான் என்ன செய்துட்டேன் மாமா. என்னைப் பாருங்க! பேசுங்க மாமா. எதுக்காக இப்படிச் செஞ்சீங்க. சொல்லுங்க. பேச மாட்டீங்களா? என்ன மாமா இது? கொஞ்சம் யோசித்து

இருக்கக்கூடாதா? எங்கிட்ட நிசமாவே 'நீயில்லாட்டா நான் செத்துப்போயிருவேன்'னு சொல்லக்கூடாதா? இந்தச் சின்ன விசயத்துக்காக இப்படிச் செய்யலாமா?' என்றாள்.

'ரசி, இதப் பாரும்மா.' ரசி தாழ்ந்து கட்டிலில் முட்டிக்கொள்ள ராஜ் உயிரில்லாமல் ஆடினார்.

எதிரே மஃப்ட்டியில் இருந்தவர் மற்றொருவரிடம் 'பல்மனரி இடிமா நிச்சயம் இருக்கும். பிஎம்ல நிச்சயம் தெரிந்துவிடும். ஸப்ம்யூக்கஸ் ஹெமர்ரேஜஸ். பார்க்கலாம். லுக் அட் தி ஆரோ நேஸல் ஃப்ராத்!' டாக்டர் போலும்.

'ரசி' என்று அவளை அணைத்து 'இதப் பாரு! மாமா விபரீதமா எதையோ நினைச்சுக்கிட்டு' என்றான்.

'எல்லாத்துக்கும் நான்தான் காரணம்' என்று அலறினாள்.

'நீ காரணம் இல்லை ரசி! நீ என்ன செய்வே? அதெல்லாம் அப்புறம் பேசிக்கலாம்.'

'கடுதாசியில என்ன எழுதியிருக்கார்?'

'வேர் இஸ் தி லெட்டர் இன்ஸ்பெக்டர்?' என்றான் மனோ. ராஜ்மோகனைப் பார்த்தபோது அந்த மெலிதான உதடுகளில் லேசாகப் புன்னகை இருப்பதுபோலத் தோன்ற சட்டென்று பார்வையை விலக்கிக்கொண்டான்.

'இதுதான்! படித்துவிட்டு என்ன சொல்லியிருக்கிறார் என்று மொழிபெயர்த்துச் சொல்லுங்கள்.'

'ரசி, வாம்மா, இங்க இருக்கவேண்டாம். வராந்தாவுக்குப் போகலாம்.'

'மாமா!' என்று கூப்பிட்டுப் பார்த்தாள்.

'வா ரசி, சின்னப் பிள்ளை மாதிரி அழுவக்கூடாது.' ஸ்ட்ரெச்சர் உள்ளே வர மனோ ரசியுடன் வெளியே வந்து அந்தக் கடிதத்தைப் பார்த்தான். உறை திறக்கப்பட்டிருந்தது. உள்ளே திண்டாக நான்கு காகிதங்கள் இருந்தன.

ராஜ்மோகன் லெட்டர் ஹெட் வைத்திருந்தார் என்பது இப்போது தான் மனோவுக்குத் தெரிந்தது. நிதானமாக மணி மணியான எழுத்துக்கள்.

என் இனிய ரசி,

இந்தக் கடிதத்தை நீ பார்க்கறப்ப நான் உயிரோட இருக்க மாட்டேன். உன்னை எனக்குச் சின்ன வயசிலிருந்தே தெரியும். சீரங்கத்தில் குச்சிக் கால்களை வைத்துக்கொண்டு ஓடின நாட்களிலிருந்தே உன்னை எனக்குத் தெரியும். நீ மெள்ள என் கண் முன்னாலேயே வளர்ந்ததும் ஓட்டம் பழகினதும் உன் கண்களில் அந்த நாட்களில் இருந்த ஆர்வமும் வைராக்கியமும் 'நல்லா ஓடினனா' என்று ஒவ்வொரு தடவையும் கேட்ட ஒவ்வொரு வாக்கியமும் என் மனசை விட்டு நான் செத்தப் புறம்கூட நீங்காதுன்னு சத்தியமாச் சொல்றேன். இவ்வளவு தூரம் உன்னை வளர்த்து உன்னோட வளர்ந்தும்கூட நீ யாருன்னு, நிஜமான ரசி யாருன்னு நான் புரிஞ்சுக்கவே இல்லை. அதில நான் தோத்துட்டன். அதேபோல நீயும் என்னைப் புரிஞ்சுக்கவே இல்லை. கடந்த சில நாளா புரியவெக்கலாம், புரிஞ்சுக்கலாம்னுதான் முயற்சி பண்ணிப் பார்த்தேன். எல்லாம் வீண். அதனாலதான் இப்படி ஒரு முடிவுக்கு வந்தேன். ரசியை நான் வளர்த்ததுக்காகவோ சோறு போட்டதுக்காகவோ நன்றி எதும் எதிர்பார்க்கவில்லை. இது ஒண்ணும் வியாபாரமோ ஒப்பந்தமோ இல்லை. சொன்னா நம்பமாட்டே ரசி, நான் உன்னைக் காதலிச்சேன். சிரிக்காதே, நிசம்மா. அதான் உண்மை! வயசில வித்தியாசம் இருந்தாலும் ஒரு நாளில்லை ஒரு நாள், என்னைக் கல்யாணம் பண்ணிக்கச் சம்மதிப்ப, நேசிப்பன்னு எதிர்பார்த்தேன். தப்புத்தான், ஆனா நான் உன்னைக் காதலிச்சது என்னமோ நிசம். நான் உன்னை நடத்தின விதம், ரூம்ல வெச்சுப் பூட்டினது. கோவிச்சுக்கிட்டது, கிள்ளினது (வலிச்சுதாம்மா?) எல்லாமே இந்தக் காதலோட வெளிப்பாடுகள்தான் ரசி! வேற எந்த விதத்திலே சொல்றதுன்னு தெரியாம தவிச்சேன்.

ரசி, நான் ரொம்ப முரட்டு ஆசாமி. ரொம்ப க்ரூட்! ஓட்டத்தையும் பயிற்சியையும் தவிர வேறு ஏதும் தெரியாது. வெளில அவங்கள்ளாம் இயங்கற வித்தை எனக்குச் சரியாவே புரியலை. எனக்குச் சாதனைங்கிறது, ஒரு லட்சியங்கிறது, கடவுள் மாதிரி. அதை அடையக் கடும் உழைப்பு, கட்டுப் பாடான வாழ்க்கை, மனசை வேற எதிலயும் பரவவிடாம முழுமூச்சு - இதெல்லாம் தேவை. அப்படி இருந்து நாம சாதிக்கறப்ப கொஞ்சம் கடவுளைத் தொடறோம் அல்லது

அவர்கிட்டக்கப் போறோம். எனக்குக் கடவுள்ங்கிறவர் நூறு மீட்டரை ஒரு நொடியில ஓடக் கூடியவர். அவர்கிட்ட போகணும்னா நாம கொஞ்சம் பிரயாசை பட்டுத்தான் ஆகணும். கொஞ்சம் தியாகம் பண்ணித்தான் ஆகணும். அப்படின்னு நினைச்சேன்.

நீ சின்ன விஷயங்களுக்காகப் படைக்கப்பட்டவ இல்லைங்கறது எனக்குக் கடவுள் கனவில வந்து சொன்னமாதிரி பளிச்சின்னு இருந்தது. நீ ஒரு பொண்ணு, ஒரு மனுச சென்மங்கிறதையே நான் உணரலே. அந்தத் தப்புக்காக உன்னை இழந்துட்டேன். நீ சதை, ரத்தம் உள்ளவங்கறது எனக்குக் கவனமே இல்லாம போயிருச்சு. என் வெறியெல்லாம் உன்னைப் பத்து செகண்டுக்குள் அந்த டேப்பை உன் சின்ன மார்பால முத்தமிட வைக்கிறதுதான்! இந்த ஒரே சிந்தனையில் ரசிங்கிற பெண்ணை மறந்தது நான் செய்த பெரிய குற்றம்னு ஒப்புக்கறேன்.

ரசி, உன்னை விட்டா எனக்கு உலகத்திலே வேற ஒண்ணுமே கிடையாது. சினிமா கிடையாது. சந்தோஷம் கிடையாது. பாட்டு கிடையாது. ஏதும் கிடையாது. ஓட்டம் ஒண்ணுதான். ஓட்டத்துக்கு உன்னை பயிற்சி பண்ணி வெக்கறதைத் தவிர எனக்கு வேற எதுவுமே தெரியாதே ரசி.

என்னை நீ வேண்டாம்னு தள்ளினப்புறம் என்னால வேற எந்த உபயோகமும் கிடையாது. நான் எதுக்கு இருக்கணும்? எனக்கு உன்னை விட்டா வேற ஏதும் தெரியாது. ரசி, நீதான் என் உயிர். உன்னை என்கிட்டருந்து எடுத்தப்புறம் நான் வெறும் உடம்புதான். இதை வெச்சுக்கிட்டு என்ன பிரயோசனம் சொல்லு?

18

மனோ கடிதத்தைப் படிப்பதை நிறுத்திவிட்டு தமிழரசியைப் பார்த்தான். 'இட்ஸ் டெர்ரிபில்' என்றான். கதவு அகலமாகத் திறக்கப்பட ஸ்ட்ரெச்சரில் ராஜ்மோகனின் உடல் ஜாக்கிரதையாக வெளியே கொண்டுவரப்பட்டது. தலைமாட்டில் இருப்பவன் பான் குதப்பிக்கொண்டு 'ஆயிஸ்தே ஆயிஸ்தே' என்றான். கைகள் மார்பில் படிந்திருக்க ராஜ் அவர்கள் சலனத்துக்கேற்பத் தலையாட்டினார். உதடுகளில் லேசாகத் தெரிந்த புன்னகை மனோவைக் குத்தியது.

'அய்யோ, எங்க எடுத்துட்டு போறாங்க? நாமும் போகலாம் மனோ.'

'போகலாம். போகலாம்.'

'எங்க எடுத்துட்டுப் போறாங்க மனோ?'

'ஆஸ்பத்திரிக்குத்தான்.'

'என்ன செய்வாங்க?'

'ரசி, அதெல்லாம் அப்புறம் சொல்றேன். இன்ஸ்பெக்டர். டு யூ நீட் அஸ்?'

‘நாட்டில் டுமாரோ மார்னிங். இந்த அறையை ஸீல் வைக்க வேண்டும். இதில் ஏதும் உங்களுக்குத் தேவை இருந்தால் நாளைக்குக் கிடைக்கும். இவருக்குக் கல்யாணம் ஆகிவிட்டதா? உறவுக்காரர்களுக்குத் தகவல் சொல்லிவிடுகிறீர்களா? இந்தப் பெண் என்ன உறவு?’

‘சகோதரி மகள்.’

‘ஸிஸ்ட்டமாட்டிக் மான். கொடுக்கவேண்டிய பாக்கிக்கெல்லாம் செக் எழுதி வைச்சுட்டுப் போயிருக்கிறார். சாக்ரட்டிஸ் போல!’

ரசி வராந்தாவில் தலையைப் பிடித்துக்கொண்டு உட்கார்ந்தாள். ‘ரசி, வாம்மா போகலாம். காலைலதான் போய்ப் பார்க்கலாம். இப்ப எதும் ஆஸ்பத்திரியில் நடக்காது.’

‘பிழைக்க வைக்க முயற்சி பண்ண மாட்டாங்களா?’

‘இல்லை, அப்பவே இறந்து போயிட்டாரு.’

‘மாமா’ என்று லேசாகக் கூப்பிட்டுப் பார்த்தாள். ஆம்புலன்ஸில் செலுத்தும்போது சற்றே சரிந்தார். ‘ஆயிஸ்தே பாஆய்!’ என்று பான் போட்டவன் பெரிய விழிகளால் பின்னால் இருப்பவனை அதட்டினான். கதவு சாத்தப்பட்டு ராஜ் மறைந்துபோனார்.

அறைக்கு வந்ததும் தலையைப் பிடித்துக்கொண்டு உட்கார்ந்த ரசியிடம் மனோ ஒரு பானம் ஊற்றிக் கொடுத்தான்.

‘வேணாங்க. தலை வலிக்குது! மனோ, என்ன செய்யட்டும். வாய்விட்டு எங்கேயாவது உட்கார்ந்துகிட்டு அழணும் போல இருக்கே. அழுதது போதாதே. சின்ன வயசில இருந்து அவர் நினைப்பு இருக்கே. அழுதது போதாதே எனக்கு. இத பாருங்க நகம் வளர்ந்து போச்சு. எனக்கு நகம் வெட்டிவிடுவார். கிராம்ப்ஸ் வந்தா க்ராம்ப்ஸ் வந்தா...’ அவள் குரல் இரட்டைக் குரலாகிவிட, க்ராம்ப்ஸ் வந்தால் என்ன செய்வார் என்று அவள் சொன்னது விளங்கவில்லை.

மனோ ஒரே திசையில் பார்த்துக்கொண்டு, ‘இந்த மாதிரி செய்வார்னு கனால கூட எதிர்பார்க்கலை ரசி!’

‘லெட்டரை முழுக்கப் படிங்க.’

‘வேண்டாம் ரசி, ரொம்ப டிஸ்டர்ப் ஆயிருவே.’

'அடப் படிங்கன்னா! எங்க மாமா எனக்கு எழுதியிருக்காரு. படிக்காமே பின்னே?' என்று வினோதமாக அதட்டினாள்.

எந்த உபயோகமும் கிடையாது. நான் எதுக்கு இருக்கணும்? எனக்கு உன்னை விட்டா வேற எதும் தெரியாது ரசி, நீதான் என் உயிர். உன்னை எங்கிட்டருந்து எடுத்தப்புறம் நான் வெறும் உடம்புதான். இதை வெச்சுக்கிட்டு என்ன பிரயோசனம் சொல்லு.

என்னுடைய தீர்மானம்தான் இது. இதனால் உனக்குக் குற்ற உணர்ச்சி எதும் வேண்டாம். நான் உபயோகமில்லைன்னு தோணிப்போச்சு. அதனால் என் சொந்த விருப்பமா என் உயிரை நானே எடுத்துக்கறேன். நீ காரணமில்லை.

அலமாரியில ஓவர்ஸீஸ் பாங்க் பாஸ் புக் ஒண்ணு இருக்கு. நம்ம ரெண்டு பேருக்கும் ஜாயிண்ட் அக்கவுண்ட் இருக்குது. நம்பர் 2396. அதில் நீயும் கையெழுத்துப் போட்டு வாங்கிக்கலாம். அதில் உன் பேரில் சேர்த்து வெச்ச பணம் எட்டாயிரத்து நானூரு ரூபா நாற்பத்திரண்டு பைசா இருக்குது. கையெழுத்து போட்டு வாங்கிக்க. அதுக்கப்புறம் உம்பேர்ல ஒரு இன்சூரன்ஸ் பண்ணி வெச்சிருக்கேன். அது பாலிஸி காகிதங்கள் எல்லாம் என்னுடைய பெட்டியிலே இருக்குது. அதை மனோகிட்ட காட்டு. அதை என்ன செய்யறதுன்னு சொல்லுவாரு. ரசி, நீ கல்யாணம் பண்ணிக்க. உன் சந்தோஷத்திலே நான் குறுக்கிட விரும்பலை. ஆனா ஓட்டத்தை மட்டும் விட்டுராதே. மனோ உனக்கு வேற கோச் வெச்சு ட்ரெய்ன் பண்ண முடியும்னு சொன்னாரு. அப்படி யாராவது கோச் வெச்சா உன் ஓட்டத்தைப் பொருத்தவரையில் கீழ்க்கண்ட பாயிண்ட்டுகளை மனோவை அவர்கிட்ட சொல்லிரச் சொல்லு.

ரசியுடைய டெக்னிக் சரியாத்தான் இருக்குது. ஸ்ப்ரிண்டருக்கு உரிய ஆர்ம் த்ரோ சரியாவே இருக்குது. ஃப்ரண்ட் ப்ளாக் புஷ் ஆஃப் சரியா இருக்குது. ஆனா இந்த டெக்னிக் இன்னும் மிஷின் போல உனக்குப் பழகலை. கொஞ்சம் கொஞ்சம் டென்ஷன் இருந்துச்சுன்னா நெர்வஸாயிட்டன்னா தடுமார்ற. ஏஷியாடில நீ ஓடின ஓட்டத்தை ஸ்லோ மோஷன்ல போட்டுப் பார்க்க மனோவை ஏற்பாடு பண்ணச் சொல்லு. நீ மறுபடியும் ஓடறதா தீர்மானிச்சின்னா இதை மட்டும் ஞாபகம் வெச்சுக்க. ப்ராக்டிஸ், ப்ராக்டிஸ், ப்ராக்டிஸ்! ரொம்ப நேரம் ப்ராக்டிஸ் பண்ணனும்னு

நான் சொல்லலை. போர் அடிச்சிரும். சின்னச் சின்ன ஒர்க் அவுட்டாப் பண்ணனும். எட்டில் இருந்து பத்து நிமிஷம், மிஞ்சிப்போனா இருபதிலிருந்து இருபத்தைந்து நிமிஷம். அதுக்கப்புறம் ரெஸ்ட் எடுத்துக்கிட்டு திரும்பியும் ஒரு மணி ரெண்டு மணிநேரம் கழிச்சு. டைஸன் சொன்னதைத் திரும்பித் திரும்பி ஞாபகப்படுத்திக்க. மனித ஓட்டத்திலே மூணு விஷயம். கைகால் அசைக்கச் செலவழிக்கிற சக்தி, காற்றோட எதிர்ப்பைச் சமாளிக்கச் செலவழிக்கிற சக்தி. அப்புறம் பாடி வெய்ட், க்ராவிட்டி… சரியான பயிற்சி, சரியான பாலன்ஸ் இதை வெச்சுக்கிட்டு அந்தச் சக்தியை விரயம் பண்ணாம இருக்கிறது தான் டெக்னிகலாக் கத்துக்கவேண்டியது.

இதெல்லாம் ஒரு நாள் நீ ஓடுவங்கற நினைப்பில்தான் சொல்கிறேன். ஓடலைன்னாக்கூடப் பரவாயில்லை. மற்றொரு உயிரை, மனுச சன்மத்தை என்னுடைய கட்டுப்பாட்டுக்கு ஆளாக்கின தப்பு நான் செஞ்சது. அதுக்கு எனக்கு உரிமை இல்லைதான். ஓட முடிஞ்சா செய்து காட்டியிருப்பேன். என்னால ஓடவைக்கத்தான் முடியும். பத்து செகண்டிலே உன்னை நூறு மீட்டர் ஓட வெச்சுரலாம்னு நிச்சயம் நினைச் சேன். அது ஒரு ஆதர்சம். கொஞ்சம் அவசரப்பட்டுட்டேன். கொஞ்சம் உன்னை இழந்துடுவேன்ங்கிற வெறியிலே கிராதகத் தனமா நடந்துகிட்டேன். எல்லாத்துக்குமாச் சேத்து என்னை மன்னிச்சிடு.

என்னை எரிக்காதீங்க. புதைச்சுடுங்க. கல்லு, கில்லு, ஞாபகச் சின்னம் எதுவும் வைக்க வேண்டாம். என்னைப் புதைச்சிருக் கிற இடத்திலே புல் முளைச்சு என் மார் மேல யாராவது ஓடினாச் சரி, முதல்ல உன் புடைவையை வெச்சுக்கிட்டு சுருக்குப் போட்டுத் தூக்கு போட்டுக்கலாம்னு நினைச்சேன். என் வெய்ட் தாங்காதேன்னு தோணிச்சு. வெய்ட் ரொம்ப முக்கியம். ரசி, வெய்ட் போட்டா ஓடவே முடியாது…

இப்படிக்கு

ராஜ்மோகன்

மணி நாலு முப்பத்தி ஏழு. மருந்து உட்கொள்ளும் ஒருநிமிஷம் முன்…

ரசி கொஞ்சநேரம் அழுவதை உன்னிப்பாகப் பார்த்துக் கொண்டிருந்தான் மனோ. 'எல்லாமே அப்படித்தாங்க அவரு…'

அவள் பேசத் தொடங்கினபோது, 'எப்படி?' என்று கேட்க விருப்பம் இல்லாமல் 'டெர்ரிபிள் டெர்ரிபிள்' என்றான். 'ரசி! அவர் சாவுக்கு யாரும் காரணமில்லைன்னு சொன்னாலும் எனக்குக் கொஞ்சம் குற்ற உணர்ச்சி இதில இருக்கு. இவ்வளவு சென்ஸிடிவ்வா இந்த ஆள் இருப்பார்னு நான் எதிர்பார்க்கவே இல்லை. வெளில ரொம்பக் காட்டானா இருந்தார். சே! எதிர்பார்த்திருந்தா உன்னை அவர்கிட்டேயிருந்து மீட்டிருக்கவே வேண்டாம். பிரிச்சிருக்கவே வேண்டாம். ஆனா...' மனோவின் கண்களில் லேசாகக் கண்ணீர் படர்ந்தது. 'ரசி, நான் உன்னை அழைச்சுக்கிட்டு வந்தது ஏதோ தன்னலமான காரியமா நினைக்காதே. உன்னை மற்றொரு விதத்திலே உங்க மாமா மாதிரி எக்ஸ்ப்ளாயிட் பண்ண நினைச்சு உன்னை அழைச்சுக்கிட்டு வந்ததா நினைக்காதே. அதில்லை என் நோக்கம். உன்னைப் பார்த்ததிலிருந்து என் மனசு ஒரு மாதிரி கலைஞ்சு போயிருச்சு. முதல்ல என்னன்னு சொல்லத் தெரியலை. அப்புறம் அந்த உணர்ச்சியை இனம் கண்டுக்க முடிஞ்சது. ரசி, நான் உன்னைச் சந்திச்ச முதல் கணத்தில் இருந்து காதலிக்க ஆரம்பிச்சிருக்கேங் கிறது கொஞ்சம் பொறுத்துத்தான் தெரிஞ்சது. என் வாழ்க்கை யிலே எனக்கு ஏற்பட்ட ஏமாற்றங்களை எல்லாம் சொல்லி எனக்காக அனுதாபம் தேடிக்கவும் விருப்பமில்லை. இருந் தாலும் இதுவரை வாழ்ந்து வந்த வாழ்க்கையிலே ஒரு எதிர் பார்ப்பை நீ ஏற்படுத்திட்டது என்னவோ நிசம். நான் உன்னை உன் மாமாகிட்டேயிருந்து பிரிச்சது இப்பப் பார்த்தாக் குரூரமாப் படலாம். அதனாலே நேர்ந்த விபரீத விளைவைப் பத்தி ஏதும் எனக்கு ஒரு இம்மிகூட ஐடியா இல்லை. இருந்தா வேற மாதிரி ஏதாவது செய்திருப்பேன். ஆனா உன்னைத் தொடர்ந்து உன் பின்னாலே வந்ததை என்னால தவிர்த்திருக்கவே முடியாது...'

ரசி கன்னத்தில் கை வைத்துக் கொண்டு வெற்றுப் பார்வை பார்த்துக்கொண்டு அவன் சொல்வதைக் கிரகிக்கிறாளா என்பது தெரியாத நிலையில் இருக்க, மனோ தொடர்ந்து, 'ரசி, இந்த மாதிரி துக்க சமயத்தில்தான் உனக்கு ஒரு பக்கபலம், ஒரு ஆண் துணை தேவையா இருக்குது இல்லையா?'

'ம்' என்றாள்.

'நான் சொன்னதெல்லாம் காதில கேட்டுச்சா?'

'ம். நாளைக்குக் கொடுத்திருவாங்களா மாமாவை?'

‘கொடுத்துருவாங்க. உங்க அப்பா அம்மாவுக்குத் தந்தி கிந்தி ஏதாவது கொடுக்கணுமா?’

‘கொடுக்கணுமா?’

‘கொடுத்துரலாம்னுதான் தோணுது. அவங்களும் வரட்டும். உனக்கு ஒரு மாதிரி மாரல் சப்போர்ட்டா இருக்கும். மேலும் அவங்களும் என்னைத் தெரிஞ்சுக்கறது நல்லதில்லையா? நடந்ததைப் பளிச்சினு சொல்லிரலாம். ரசி, உனக்கு ஒரு துணையோட அவசியம் தெரியணும் இல்லையா?’

‘கடைசில என்ன எழுதியிருந்தார்? படியுங்க மறுபடி.’

‘படிச்சாச்சே ரசி? எதுக்குத் திரும்பத் திரும்ப?’

‘படியுங்க ப்ளீஸ், என்னைப் புதைச்சிருக்கிற இடத்தில?’

‘என்னைப் புதைச்சிருக்கிற இடத்தில புல்லு முளைச்சு எம் மார் மேல யாராவது ஓடினாச் சரி!’

‘மனோ! அவர் எங்க இருக்காரு இப்போ?’

‘ஆஸ்பத்திரியிலே.’

‘இல்லை, ஆஸ்பத்திரியில் பாடி கிடக்குது. மாமா எங்க இருப்பார் இப்ப?’

‘இந்தக் கேள்விக்குப் பதில் தெரிஞ்சா உலக சரித்திரமே மாறிடும் ரசி.’

‘சொர்க்கத்துக்குத்தானே போவாரு?’

‘சொர்க்கமோ, நரகமோ அங்க ஒரு ஆளைப் பிடிச்சு ‘ஃப்ரண்ட் ப்ளாக்கு’, ‘புஷ் ஆஃப்’ன்னு இன்னேரம் பயிற்சி கொடுக்க ஆரம்பிச்சிருப்பார்’ என்று சிரித்தான்.

ரசி சிரிக்காமல், ‘மனோ, பாவம் இல்லை அவரு? அவரை நாம யாரும் சரியாப் புரிஞ்சுக்கலை மனோ.’

‘புரியற ஆசாமியா இல்லை அவரு.’

‘என்னைக் கல்யாணம் பண்ணிக்கணும்னு இருந்திருக்காரு! என்னைப் பலாத்காரம் பண்ணக்கூடப் பார்த்தாரு’ என்று விரக்தியாகச் சிரித்தாள்.

‘ஹி வாஸ் டெஸ்பரேட். மனித மனங்கிறது ரொம்ப விசித்திர மானது ரசி.’

ரசி மெல்ல அவனருகில் வந்தாள். அவன் நாற்காலியில் உட்கார்ந்திருக்க, கீழே உட்கார்ந்து முழங்காலில் தலைவைத்துச் சாய்ந்து கொண்டாள். ‘ராத்திரி தூங்காதே மனோ!’

‘இல்லை ரசி’ என்று அவளது வெட்டப்பட்ட கூந்தலைத் தடவிக் கொடுத்தான். ‘இனிமே நீளமா வளர்த்துக்கலாம்.’

‘எனக்கு பயமா இருக்கு.’

‘நான் இருக்கேன். இனி நீ இஷ்டப்படி இருக்கலாம். நாம ரெண்டு பேரும் முதல்ல எல்லாத்தையும் மறக்கக் கொடைக்கானல் போகலாம். கொடைக்கானல் போயிருக்கியா? இப்பக் குளிரும் இல்லை? சிம்லா போகலாம். ஸ்கி பண்ணலாம்! எங்க போகணும் சொல்லு? என்ன வேணும் சொல்லு. உனக்கு எந்த ஊர்ல நான் வேலைல இருக்கணும் சொல்லு. பெங்களூர்ல அப்ளை பண்ணட்டுமா? அங்க ஒரு முப்பதுக்கு நாற்பது ஸைட் எடுத்து ஒரு சின்ன வீடு கட்டிக்கலாம். சின்ன வீட்டுல ஒரே ஒரு பெண் குழந்தை, அது போதும். மோகினின்னு பேர் வெச்சுக் கலாமா?’ தலையைத் தடவிக்கொண்டே பேசினான்.

ரசி சட்டென்று விழித்தெழுந்தவள் போல், ‘மனோ’ என்றாள்.

‘என்ன ரசி?’

‘நாளைல இருந்து நான் ப்ராக்டிஸ் போகணும்.’

‘என்னது?’

‘ஆமாம். சின்னச் சின்ன ஸ்ப்ரிண்ட்டா பத்து நிமிஷத்திலே இருந்து இருபத்தைந்து நிமிஷம் ஓடிப்பார்க்கணும். கடுமையா எக்சர்ஸைஸ் பண்ணனும் மனோ. பத்து செகண்டிலே, பத்து செகண்டிலே அந்த நூறு மீட்டரை நான் ஓடியே ஆகணும். அதுதான் அந்த மனுஷனுக்கு நான் செய்யக்கூடிய ரொம்பச் சின்ன கைம்மாறு. அவர் கேட்ட பத்து செகண்டில் டேப்பைத் தொட்டே ஆகணும்.’ சட்டென எழுந்திருந்தாள். ‘மனோ, இப்ப என்ன மணியிருக்கும்?’

‘ஒரு மணி!’

'மனோ, காலைல ஆறு மணிக்குப் புறப்பட்டுரலாம். நேரே வில்லேஜ் போகலாம். ப்ராக்டிஸ் பண்ணிட்டு மாமாவைப் பார்க்கப் போகலாம். போயி, 'மாமா, ப்ராக்டிஸ் பண்ணிட்டு உங்களை பார்க்க வந்திருக்கேன்'னு சொன்னா எழுந்திருச்சாலும் எழுந்திருச்சுருவாரு.'

மனோ வியப்புடன், 'என்ன வந்திருச்சு உனக்கு?' என்றான்.

'இல்லை மனோ, இதுதான் நான் செய்யவேண்டியது. தெளிவா பளிச்சுனு தெரிஞ்சு போச்சு...'

'சரி சரி, வந்து படுத்துக்க. காலைல யோசிக்கலாம்' என்று அவளை அணைத்துக் கொள்ள...

தமிழரசி, அவனை வேகமாகத் தள்ளினாள். 'என்னைத் தொடாதே மனோ. இதெல்லாம் அதுக்கப்புறம்தான்!'

'எதுக்கு அப்புறம்?' என்று மனோ தன் உயர்த்திய புருவத்தால் கேட்க -

'பத்து செகண்ட் முத்தத்துக்கு அப்புறம்' என்றாள்.